പാട്ടും മൂളിവന്നു.....

വൈക്കം വിജയലക്ഷ്മി

ജീവിതം സംഗീതം

pattum moolivannu
vaikkom vijayalekshmi
jeevitham sangeetham

•

rajesh k erumeli, rajesh chirappadu

•

first edition
november 2013

•

typesetting & published
chintha publishers, thiruvananthapuram

•

printed
akshara offset, thiruvananthapuram

•

cover
vinod

•

photos
vincent peter

വിതരണം

ദേശാഭിമാനി ബുക്ക് ഹൗസ്

H O തിരുവനന്തപുരം–695 035
phone: 0471-2303026, 6063026
www.chinthapublishers.com
chinthapublishers@gmail.com

ബ്രാഞ്ചുകൾ

ഹെഡ്ഡാഫീസ് ബ്രാഞ്ച് കുന്നുകുഴി • സ്റ്റാച്യു തിരുവനന്തപുരം • കെ എസ് ആർ ടി സി ബസ് സ്റ്റേഷൻ ആലപ്പുഴ • കെ എസ് ആർ ടി സി ബസ് സ്റ്റേഷൻ എറണാകുളം • മച്ചിങ്ങൽ ലെയ്‌ൻ തൃശൂർ • ഐ ജി റോഡ് കോഴിക്കോട് • മാവൂർ റോഡ് കോഴിക്കോട് • എൻ ജി ഒ യൂണിയൻ ബിൽഡിങ് കണ്ണൂർ • സെൻട്രൽ ബസ് ടെർമിനൽ കോംപ്ലക്സ് താവക്കര കണ്ണൂർ

CO - 2000 / 3372

പാട്ടും മൂളിവന്നു.....

വൈക്കം വിജയലക്ഷ്മി

ജീവിതം സംഗീതം

എഴുത്ത്

രാജേഷ് കെ എരുമേലി

രാജേഷ് ചിറപ്പാട്

ചിന്ത പബ്ലിഷേഴ്സ്

തിരുവനന്തപുരം-695 035

രാജേഷ് കെ എരുമേലി

കോട്ടയം ജില്ലയിലെ എരുമേലിയിൽ ജനനം. അച്ഛൻ: ജോൺ കെ എരുമേലി. അമ്മ: അമ്മിണിക്കുട്ടി. ഹൈസ്കൂൾ വിദ്യാഭ്യാസത്തിനുശേഷം മഹാത്മാ ഗാന്ധി സർവകലാശാല സ്കൂൾ ഓഫ് ഗാന്ധിയൻ തോട്ട്സ്, ഭാരതീയ വിദ്യാഭവൻ കോട്ടയം എന്നിവിടങ്ങളിൽ വിദ്യാഭ്യാസം. ഗാന്ധിയൻ ചിന്തയിലും വികസനത്തിലും എം എ ബിരുദവും ജേണലിസത്തിൽ പി ജി ഡിപ്ലോമയും നേടി. മലയാളത്തിലെ വിവിധ ആനുകാലികങ്ങളിൽ ലേഖനങ്ങളും ഫീച്ചറുകളും എഴുതുന്നു. 2012 ൽ മലപ്പുറത്ത് നടന്ന സംസ്ഥാന സ്കൂൾ കലോൽസവത്തിൽ മികച്ച റിപ്പോർട്ടിങ്ങിനുള്ള പുരസ്കാരം നേടി. *മാധ്യമം, ജനയുഗം* എന്നീ പത്രങ്ങളിൽ ജോലി ചെയ്തു. ഇപ്പോൾ നവ മലയാളി ഓൺ ലൈൻ മാഗസിനിൽ സബ് എഡിറ്റർ.

കൃതികൾ: *മലയാളത്തിലെ മതേതര കവിതകൾ* (എഡിറ്റർ: സന്തോഷ് ഒ കെയ്ക്കൊപ്പം) *യുക്തിവാദം, ചോദ്യോത്തരങ്ങൾ* (എഡിറ്റർ: രാജഗോപാൽ വാകത്താനത്തിനൊപ്പം) *ജ്യോതി റാവു ഫൂലെ* (ജീവചരിത്രം), *പത്രവും പത്രപ്രവർത്തനവും, സ്വത്വം വർഗം മൃദുഹിന്ദുത്വം, ജാതിക്കുമ്മി: പാഠവും പഠനവും, യേശു വിമോചകനും രക്തസാക്ഷിയും.*

ജീവിതപങ്കാളി	:	സ്നേഹലത
മകൻ	:	തരുൺ
വിലാസം	:	കാവുംപാടം വീട്, കനകപ്പലം തപാൽ എരുമേലി, കോട്ടയം – 686509.
Phone	:	9947881258
e-mail	:	rajeshkerumeli@gmail.com

രാജേഷ് ചിറപ്പാട്

കണ്ണൂർ ജില്ലയിലെ ഇരിട്ടിയിൽ ജനനം. അമ്മ: പരേതയായ മേരി സി പി. അച്ഛൻ: ചാക്കോ. കേരള ഭാഷാ ഇൻസ്റ്റിറ്റ്യൂട്ടിന്റെ യുവപരിഭാഷകർക്ക് നൽകുന്ന എം പി കുമാരൻ അവാർഡ് ലഭിച്ചിട്ടുണ്ട്. ആനുകാലികങ്ങളിൽ നിരൂപണങ്ങൾ, ലേഖനങ്ങൾ എഴുതുന്നു. പ്രസിദ്ധീകരിച്ച കൃതികൾ: *മാംസനിബദ്ധം* (കവിതകൾ), *ദലിത് വർത്തമാനം (എഡിറ്റർ), അംബേദ്കർ: ജീവിതം കൃതി ദർശനം (എഡിറ്റർ), പുതുകാലം പുതുകവിതകൾ (എഡിറ്റർ), തകഴി: വായനയും പുനർവായനയും* (എഡിറ്റർ). *കുമാരനാശാൻ കവിതയും ജീവിതവും, അയ്യൻകാളി ജീവിതവും പോരാട്ടവും, സ്വത്വം വർഗം മൃദുഹിന്ദുത്വം* (എഡിറ്റർ), *യേശു വിമോചകനും രക്തസാക്ഷിയും (എഡിറ്റർ), കെ ഇ എൻ സംഭാഷണങ്ങൾ* (സമാഹരണം പി എസ് പൂഴനാടിനൊപ്പം), *എം എഫ് ഹുസൈൻ എന്ന ഇതിഹാസം* (സമാഹരണം പി പി സത്യനോടൊപ്പം), *മതമൗലികവാദവും ഇന്ത്യൻ മതേതരത്വവും* (പരിഭാഷ).

ഇപ്പോൾ ചിന്ത പബ്ലിഷേഴ്സിൽ സബ് എഡിറ്റർ.

ജീവിതപങ്കാളി	:	വിജില ചിറപ്പാട്
വിലാസം	:	എഡിറ്റോറിയൽ വിഭാഗം, ചിന്ത പബ്ലിഷേഴ്സ് എ കെ ജി സെന്ററിനു സമീപം തിരുവനന്തപുരം – 695 035
ഫോൺ	:	9605077791
e-mail	:	rajeshchirappadu@gmail.com

ഉള്ളടക്കം

പ്രസാധകക്കുറിപ്പ്

"കാറ്റേ.. കാറ്റേ
നീ പൂക്കാമരത്തില്
പാട്ടും മൂളി വന്നോ..
ഞാലിപ്പൂം കദളി വാഴപ്പൂക്കളിൽ
ആകെ തേൻ നിറഞ്ഞോ..."

സെല്ലുലോയ്ഡ് എന്ന കമൽ ചിത്രത്തിലെ ഈ പാട്ട് മലയാളിയുടെ അന്തരാത്മാവിലേക്കാണ് ഒഴുകിയിറങ്ങിയത്. പാട്ടിലെ ശോകവും ഗൃഹാതുരതയും മാത്രമല്ല വേറിട്ട ശബ്ദവും ആകർഷണഘടകങ്ങളായി. ആളുകൾ ആരാഞ്ഞു, ആരാണീ ഗായിക? പക്ഷേ, വൈക്കം വിജയലക്ഷ്മി എന്ന ഗായിക തന്റെ ഗായത്രിവീണയുമായി മുമ്പേ ഇവിടെത്തന്നെയുണ്ടായിരുന്നു; സംഗീതത്തെ ഉപാസിച്ച് തന്റെ കാഴ്ചകളെ മറച്ച ജീവിതത്തെ മറികടന്ന്.. എം ജയചന്ദ്രൻ എന്ന സംഗീത സംവിധായകന്റെ ഒരു കൈത്താങ്ങ് ഈ ഗായികയെ മലയാള ചലച്ചിത്രഗാനങ്ങളുടെ മണ്ഡലത്തിലേക്ക് പിടിച്ചുകയറാൻ ഏറെ സഹായിച്ചു. വിജയലക്ഷ്മിയുടെ ജീവിതത്തിലൂടെ രാജേഷ് കെ എരുമേലിയും രാജേഷ് ചിറപ്പാടും നടത്തിയ സഞ്ചാരമാണ് ഈ കൃതി.

ചിന്ത പബ്ലിഷേഴ്സ്

അവതാരിക

സംഗീതപുത്രി

എം ജയചന്ദ്രൻ

ഒരേസമയം സ്വയം ഈശ്വരനാകുകയും ഈശ്വരദത്തമാകുകയും ചെയ്യുന്ന കലയാണ് സംഗീതം. അതുകൊണ്ടുതന്നെയാണ് സംഗീതോപാസനയിലൂടെ ഈശ്വരദർശനം ലോകത്ത് സാധ്യമാകുന്നത്. എവിടെയോ മറഞ്ഞിരിക്കുന്ന, എന്നാൽ എല്ലായ്പ്പോഴും ഒപ്പമുള്ള ദൈവം മനുഷ്യനുമുന്നിൽ പ്രത്യക്ഷനാകുന്ന മാധ്യമമാണ് സംഗീതം. ഈശ്വരനെ കേട്ടും കണ്ടും തൊട്ടും അനുഭവിച്ചറിയുവാൻ സംഗീതം കാരണമാകുന്നു. അപ്രകാരം ഇതുവരെയുള്ള ജീവിതത്തിൽ സൗഭാഗ്യം അനുഭവിക്കുവാൻ പലപ്പോഴും കഴിഞ്ഞിട്ടുണ്ടെനിക്ക്. സംഗീതത്തിലെ തുടിക്കുന്ന ജീവചൈതന്യമായ ഈശ്വരചൈതന്യത്തെ മുഴുവൻ ആവാഹിക്കുന്ന മഹത്തുക്കളായ സംഗീതജ്ഞരിലൂടെ ആ ഈശ്വരനെ കാണുവാൻ കഴിയുന്നു. അദൃശ്യനായ ദൈവത്തെ എന്റെ മുന്നിൽ ദൃശ്യവൽക്കരിച്ച സംഗീത പ്രതിഭകളിൽ ഏറ്റവും മുന്നിൽനിൽക്കുന്ന ഗായികയാണ് വൈക്കം വിജയലക്ഷ്മി എന്ന എന്റെ പ്രിയപ്പെട്ട വിജി. ദൈവത്തിന്റെ സ്വന്തം കുട്ടി.. അതുകൊണ്ടുതന്നെ എന്റെ മാനസപുത്രി.. വിജി തന്റെ അസാമാന്യ പ്രതിഭയിലൂടെ എന്നിലെ പിതാവിനെയും ഗുരുവിനെയുമാണ് സ്വന്തമാക്കിയത്. പെൺമക്കളില്ലാത്ത എനിക്ക് സ്വന്തം മകളാണ് വിജി.

കണ്ണുകൊണ്ട് കാണാൻ കഴിയാത്തത്ര കാഴ്ചകൾ ഉൾക്കണ്ണുകൊണ്ട് മനുഷ്യൻ കാണുന്നു എന്ന സത്യത്തിന്റെ മറുപേരാണ് വിജി. സംഗീതത്തെ തന്റെ ഉൾക്കണ്ണുകൊണ്ട്, അതിന്റെ ആഴത്തിലും പരപ്പിലും വിജി കണ്ടെടുത്തിരിക്കുന്നു എന്നത് എന്നെ ഒട്ടൊന്നുമല്ല അത്ഭുതപ്പെടുത്തിയത്. അതിനാലാവണം ഒട്ടേറെപ്പേരുടെ ആവശ്യങ്ങളിലും അവരെ ആരെയുംതന്നെ ശിഷ്യരാക്കാൻ കഴിയാതെ വന്ന എനിക്ക് വൈക്കം വിജയലക്ഷ്മി എന്ന ഗായികയെ എന്റെ ഒരേയൊരു ശിഷ്യയാക്കാൻ

തോന്നിയത്. സംഗീതത്തിലൂടെ ഈശ്വരസേവ ചെയ്യുവാൻ സാധിക്കുന്നതിന്റെ സമ്മാനമായാണ് ഞാൻ ഈ ഗുരുശിഷ്യബന്ധത്തെ കാണുന്നത്.

ഗുരുമുഖത്തുനിന്നും അഭ്യസിക്കുന്ന വിദ്യക്ക് പകരം വയ്ക്കുവാൻ വിജി എന്ന എന്റെ പ്രിയശിഷ്യക്ക് സംവേദന മാർഗമാകുന്നത് ഫോൺ ആണ്. വിജി എന്ന എന്റെ പ്രിയശിഷ്യക്ക് മനുഷ്യന്റെ സംവേദനമാർഗങ്ങൾ ആകാശത്തോളം വളർന്നു വികസിച്ചിരിക്കുന്നു. ലോകത്തിന്റെ ഏത് കോണിലിരിക്കുന്ന മനുഷ്യനും പരസ്പരം പങ്കുവയ്ക്കപ്പെടുന്നതിന് മൊബൈൽഫോൺ, ഇന്റർനെറ്റ് തുടങ്ങിയ വലിയ സാധ്യതലോകം തുറന്നു കാട്ടിയിരിക്കുന്നു. അതുകൊണ്ടുതന്നെ എന്റെ അരുമ ശിഷ്യയുടെ പാട്ടുക്ലാസുകൾ മൊബൈൽഫോണിലൂടെ മുടങ്ങാതെ എനിക്ക് നടത്തുവാൻ കഴിയുന്നു. മൊബൈൽ ആധുനിക ലോകത്തെ അവിഭാജ്യഘടകമായതുകൊണ്ടുതന്നെ അരമണിക്കൂറിലധികം നീളാത്ത സമയക്രമത്തിൽ ക്ലാസുകൾ ചുരുക്കേണ്ടിവരുന്നു. പക്ഷേ, എന്നെ വീണ്ടും അത്ഭുതപ്പെടുത്തിക്കൊണ്ട് വിജി എന്ന വൈക്കം വിജയലക്ഷ്മി ഈണവും വരികളും ഈ ചുരുങ്ങിയ സമയപരിധിയിൽ അക്ഷരാർഥത്തിൽത്തന്നെ 'കാണാതെ' പഠിച്ച് എന്നെ പാടി കേൾപ്പിക്കുന്നു. ലോകത്തിൽ എല്ലായ്പ്പോഴും സംഭവിക്കാത്ത അത്ഭുതങ്ങളിൽ ഒന്നായി വൈക്കം വിജയലക്ഷ്മി എന്ന സംഗീതപ്രതിഭ എനിക്കുമുന്നിൽ സ്വയം വെളിപ്പെടുന്നു.

ഞാൻ ആദ്യമായി വിജിയുടെ അസാമാന്യ പ്രതിഭ ദർശിച്ചത് ഏഷ്യാനെറ്റിന്റെ ഐഡിയ സ്റ്റാർ സിംഗർ എന്ന പരിപാടിയുമായി ബന്ധപ്പെട്ടാണ്. Frets ഇല്ലാത്ത ഗായത്രിവീണ എന്ന സംഗീത ഉപകരണം അസാമാന്യ കഴിവോടെ വായിച്ച വൈക്കം വിജയലക്ഷ്മി എന്ന ആ കലാകാരി എന്നെ വല്ലാതെ അതിശയിപ്പിച്ചു. സാധാരണഗതിയിൽ Fretsകൾ ഇല്ലാത്തതുകൊണ്ടുതന്നെ സ്വരസ്ഥാനം നിയന്ത്രിക്കാൻ കാഴ്ചയുള്ളവർക്കുപോലും പ്രയാസമുള്ള ഗായത്രിവീണയിൽ തന്റെ ഉൾക്കണ്ണുപയോഗിച്ച് വിജി അതുല്യപാടവത്തോടെ തന്റെ വിരലുകളാൽ കൃത്യതയോടെ സ്വരസ്ഥാനം നിയന്ത്രിക്കുന്നതു കണ്ടപ്പോൾ അതിലൂടെ ഈശ്വരസാന്നിധ്യമാണ് എനിക്ക് കാണാൻ കഴിഞ്ഞത്. അവിടെനിന്നാണ് വിജയലക്ഷ്മിയിലൂടെ സർവവ്യാപിയായ ഈശ്വരനെ ദർശിക്കുവാനുള്ള മഹാഭാഗ്യം ആരംഭിച്ചത് എന്നു പറയാം.

എന്റെ പ്രിയങ്കരനായ സംവിധായകൻ കമലിന്റെ *സെല്ലുലോയ്ഡ്* എന്ന ചലച്ചിത്രത്തിലെ 'കാറ്റേ... കാറ്റേ' എന്നു തുടങ്ങുന്ന ഗാനം പിറവികൊണ്ടപ്പോൾ അതിനായി ഏറെ വ്യത്യസ്തമായ ഒരു ശബ്ദമാണ് ഞാൻ അന്വേഷിച്ചത്. ശബ്ദത്തിലും ശൈലിയിലും വ്യത്യസ്തമായ സമീപനം ആ പാട്ടിന് അത്യന്താപേക്ഷിതമായിരുന്നു. മലയാള സിനിമയുടെ ചരിത്രവഴിയുടെ ആരംഭബിന്ദുവിൽനിന്നും ഉരുത്തിരിയുന്ന ഹൃദയപൂർവമായ ഒരു ഈണവും ശബ്ദവും ആ ഗാനം ആവശ്യപ്പെട്ടിരുന്നു. ഹൃദയംകൊണ്ട്

തുറന്നു വയ്ക്കുന്ന ഈണം... ഹൃദയപൂർവം ഏറ്റുപാടാൻ തോന്നുന്ന ശബ്ദം... ആ അന്വേഷണം അത്ഭുതമില്ലാതെ ചെന്നു നിന്നത് വൈക്കം വിജയലക്ഷ്മിയുടെ ശബ്ദത്തിനു മുന്നിലാണ്. 'കാറ്റേ... കാറ്റേ' എന്നു തുടങ്ങുന്ന ആ ഗാനം പാടാൻ എന്തുകൊണ്ടും യോഗ്യമായ ശബ്ദം വിജി യുടേതെന്നു തീരുമാനിച്ച ഞാൻ വിജിയെ ഫോണിൽ വിളിച്ച് "ഒരു അത്ഭുതം നടക്കാൻ പോകുന്നു" എന്നു പറഞ്ഞപ്പോൾ വിജി അതിനു മറുപടിയായി പറഞ്ഞത്, "ഞാനും പ്രിയയുമായി വിജിയുടെ വീട്ടിൽ വരുന്ന സന്തോഷവാർത്തയാവും അത്" എന്നാണ്. അതിനും അപ്പുറത്തെ ദൈവത്തിന്റെ കാലത്തിന്റെ അനിവാര്യമായ അത്ഭുതത്തെ കണ്ടെത്തു ന്നതിന് 'കാറ്റേ... കാറ്റേ' എന്ന ഗാനം എന്നിലൂടെ ദൈവം സൃഷ്ടിക്കു വാൻ പോവുകയാണ് വിജിയുടെ ശബ്ദത്തിൽ എന്ന് കേട്ടപ്പോൾ വിജിക്ക് സന്തോഷം അടക്കാൻ കഴിഞ്ഞിരുന്നില്ല. എറണാകുളത്തെ സ്റ്റുഡിയോ യിൽ വിജി വന്ന് ആ ഗാനം അരമണിക്കൂർ സമയംകൊണ്ട് കാണാതെ പഠിച്ച് പാടി തിരികെ പോയപ്പോൾ ആ അത്ഭുതം അന്വർഥമാക്കപ്പെട്ടു. ഒപ്പം പാടിയ അനുഗൃഹീത ഗായകൻ ശ്രീറാമേട്ടൻ വിജിയുടെ അസാ ധ്യമായ കഴിവിനോട് എങ്ങനെ തനിക്ക് പാടിച്ചേർക്കാൻ കഴിയും എന്ന് ഉൽക്കണ്ഠപ്പെട്ടത് ഞാൻ ഇപ്പോഴും വീണ്ടും ഓർത്തുപോകുന്നു. വിജി യുടെ ജീവിതദിശയെത്തന്നെ മാറ്റിക്കൊണ്ട് *സെല്ലുലോയ്ഡി*ലെ 'കാറ്റ്' മുന്നേറിയപ്പോൾ, 'പൂക്കാമരത്തിലെ ഇലകൾ' പൂത്തുലയുംവിധം വിജി യുടെ ജീവിതം ആഘോഷിക്കപ്പെടുകയായിരുന്നു. ഭഗവത്സാന്നിധ്യവും കടാക്ഷവും വൈക്കം വിജയലക്ഷ്മി എന്ന ഗായത്രിവീണാ വാദന പ്രതി ഭയ്ക്കുമേൽ അനവരതം ചൊരിയുന്നതിന് ലോകം സാക്ഷിയായി. വിശ്ര മമില്ലാത്ത സംഗീത പരിപാടികളും അതിനിടയിൽ സംഗീത ക്ലാസുകളു മായി വിജിയുടെ ജീവിതം അങ്ങേയറ്റം തിരക്കുള്ളതായി. വീണ്ടും കമൽസാറിനൊപ്പം *നടൻ* എന്ന അദ്ദേഹത്തിന്റെ പുതിയ ചലച്ചിത്രത്തിൽ വിജിക്ക് പാടുന്നതിന് അവസരമുണ്ടായി. എത്രമേൽ ഒളിഞ്ഞുകിടന്നാലും കാലം കണ്ടെടുക്കുന്ന അതിന്റെ വൈഡൂര്യ സ്വപ്നമായി അങ്ങനെ വൈക്കം വിജയലക്ഷ്മി എന്ന അതുല്യപ്രതിഭ മാറ്റപ്പെട്ടിരിക്കുന്നു. കാലം കണ്ടെടുത്ത ഈ പ്രതിഭയെക്കുറിച്ചുള്ള ഈ പുസ്തകം നാളെയുടെ പ്രതിഭകൾക്ക് ഉൾക്കാഴ്ചയും കരുത്തും നൽകുന്നതാകട്ടെ എന്ന് അതു കൊണ്ടുതന്നെ പ്രത്യാശിക്കുന്നു. ഈശ്വരകടാക്ഷമായ സംഗീതത്തിലൂടെ തന്റെ ഉൾക്കാഴ്ചയുടെ വിസ്മയലോകം നമുക്ക് കാഴ്ച വയ്ക്കുന്ന വൈക്കം വിജയലക്ഷ്മിക്ക് ഈശ്വരാനുഗ്രഹം പെയ്തൊഴിയാവർഷമായി തുടരട്ടെ എന്ന് അനുഗ്രഹിക്കുവാൻ ഞാൻ ആഗ്രഹിക്കുന്നു. എന്റെ പ്രിയ പ്പെട്ട വിജിയുടെ മനക്കണ്ണുകൾക്ക് ആശംസകൾ നേരുന്നതോടൊപ്പം അവളുടെ കണ്ണുകൾക്ക് കാഴ്ച കൊടുക്കുവാനുള്ള വൈദ്യശാസ്ത്രപര മായ സാധ്യതകൾ ഉണ്ടെങ്കിൽ അതവൾക്ക് ലഭ്യമാകണേ എന്ന് ദൈവ ത്തോട് പ്രാർഥിക്കുന്നു. ഒപ്പം വിജിക്ക് ആയുരാരോഗ്യസൗഖ്യം നേരാൻ എല്ലാമായ ഗുരുവായൂരപ്പനോട് അകമഴിഞ്ഞ് പ്രാർഥിക്കുന്നു...

ആമുഖം

സംഗീതം വിജയലക്ഷ്മിക്ക് എല്ലാമാണ്. വേദനകളിൽനിന്നും ദുഃഖങ്ങളിൽ നിന്നുമുള്ള മോചനം. അന്ധതയുടെ ലോകത്തുനിന്നും വെളിച്ചത്തിലേക്ക് അകക്കണ്ണുതുറക്കാൻ വിജയലക്ഷ്മിക്ക് പ്രേരണയാകുന്നത് സംഗീതമാണ്. സംഗീതം അവർക്ക് ഒരു ആനന്ദലഹരിയാണ്. സംഗീതത്തിലൂടെ ലോകത്തിന്റെ കാഴ്ചയെ കാണാൻ കഴിയുമെന്നു പറയുന്ന വിജയലക്ഷ്മിക്ക് സംഗീതമാണെങ്കിലും കവിതയാണെങ്കിലും എല്ലാം ഒരുപ്രാവശ്യം കേട്ടാൽ മതി.

വേദികളിൽനിന്ന് വേദികളിലേക്ക് കച്ചേരിക്കായി പോകുന്ന തിരക്കുകൾക്കിടയിലാണ് സിനിമയിൽ പാടാനുള്ള അവസരം ലഭിച്ചത്. കമൽ സംവിധാനം ചെയ്ത *സെല്ലുലോയ്ഡ്* എന്ന സിനിമയിലെ കാറ്റേ... കാറ്റേ... എന്ന ഗാനത്തിന് ലഭിച്ച ദേശീയ സംസ്ഥാന ബഹുമതികൾ ഈ പാട്ടുകാരിയെ വീണ്ടും പ്രശസ്തിയുടെ കൊടുമുടിയിൽ എത്തിച്ചിരിക്കുകയാണ്. വീട്ടിലെ അലമാരകളിൽ നിറയെ അവർക്ക് കിട്ടിയ പുരസ്കാരങ്ങൾ സൂക്ഷിക്കാൻ കഴിയാത്തപ്പോഴും സാധാരണക്കാരിയെപ്പോലെ പാട്ട് പാടിക്കൊണ്ടിരിക്കാനാണ് ഈ അനുഗൃഹീത ഗായികയ്ക്ക് ഇഷ്ടം. ഒരു പാട്ട് പാടൂ എന്ന് ആര് ആവശ്യപ്പെട്ടാലും എപ്പോൾ ആവശ്യപ്പെട്ടാലും മടിയൊന്നുമില്ലാതെ അവർ പാടും.

ആറാമത്തെ വയസുമുതൽ കച്ചേരികൾ അവതരിപ്പിച്ചുതുടങ്ങിയെങ്കിലും ഒറ്റക്കമ്പി മാത്രമുള്ള ഗായത്രിവീണ അനായാസേന വായിച്ചുതുടങ്ങിയതോടെയാണ് വിജയലക്ഷ്മി എന്ന ഗായിക തിരിച്ചറിയപ്പെട്ടു തുടങ്ങിയത്. ഗായത്രിവീണയിൽനിന്നും പെയ്തിറങ്ങിയ നാദധാരയിൽ ലയിച്ചുചേരാത്തവരായി ആരുമില്ല. ലോകത്തിലെതന്നെ ആദ്യത്തെ ഏകതന്ത്രിവീണ സംഗീതജ്ഞയാണ് വിജയലക്ഷ്മി.

വ്യത്യസ്തമായ ഏതു പാട്ടും ആ കൈവിരലുകൾക്ക് സുപരിചിത

മാണ്. ഗായത്രിവീണയിൽ അയ്യായിരത്തിലധികം വേദികളിലാണ് വിജയലക്ഷ്മി നാദവിസ്മയം തീർത്തത്.

വിജയലക്ഷ്മിയുടെ ബാല്യം സംഗീതത്തിന്റേതുതന്നെയായിരുന്നു. അച്ഛൻ മുരളീധരനും അമ്മ വിമലയും മകളുടെ സംഗീത വാസന ചെറുപ്പത്തിൽത്തന്നെ തിരിച്ചറിയുകയും പ്രോത്സാഹിപ്പിക്കുകയും ചെയ്തു. അത് ഇന്നും തുടരുന്നു.

സംഗീതരംഗത്തെ പ്രമുഖരുമായി ആഴത്തിലുള്ള സൗഹൃദം വിജയലക്ഷ്മിയുടെ പ്രത്യേകതയാണ്. ഗാനഗന്ധർവൻ യേശുദാസ് മുതൽ പുതിയ തലമുറയിലെ പാട്ടുകാർവരെ വിജയലക്ഷ്മിയുടെ കൂട്ടുകാരാണ്. കുറ്റിപ്പുറം റഷീദ് സംവിധാനം ചെയ്യുന്ന *ഏഴു ദേശങ്ങൾക്കുമകലെ* എന്ന സിനിമയിൽ വിജയലക്ഷ്മി പാടി അഭിനയിച്ചു. ഗുരുവായൂർ മുരളി സംഗീത സംവിധാനം നിർവഹിച്ച 'ഏങ്ങക്കും തായേ നല്ലൊരു കാലം' എന്നു തുടങ്ങുന്ന ഗാനമാണത്. കമൽ സംവിധാനം ചെയ്യുന്ന *നടൻ* എന്ന സിനിമയിൽ വിജയലക്ഷ്മി ഒരു ഗാനം പാടിക്കഴിഞ്ഞിരിക്കുന്നു. ഇങ്ങനെ സംഗീതത്തിന്റെ വഴികളിൽ മുന്നോട്ട് കുതിക്കുകയാണ് ഈ കലാകാരി.

സംഗീത സംവിധായകൻ എം ജയചന്ദ്രനാണ് വിജയലക്ഷ്മിയുടെ സവിശേഷമായ സ്വരത്തെയും പാട്ടിനെയും സിനിമയിൽ ഉപയോഗിച്ചത്. ചരിത്രത്തിൽ ഇടം ലഭിക്കാതെ നിഷ്കാസിതനായി പോയ ജെ സി ഡാനിയേലിന്റെ ജീവിതവും സിനിമയും അടയാളപ്പെടുത്തുന്ന *സെല്ലുലോയ്ഡി*ലൂടെ വിജയലക്ഷ്മിയും തന്റെ സംഗീത ജീവിതത്തിലെ ഒരു പുതിയ ഘട്ടത്തിലേക്ക് പ്രവേശിച്ചു.

പി കെ റോസി എന്ന മലയാള സിനിമയിലെ ആദ്യ നടി അഭ്രപാളികളിൽ തന്റെ അഭിനയ മുഹൂർത്തങ്ങളെ കാണാൻപോലും കഴിയാതെ ജീവനും വാരിപ്പിടിച്ചുകൊണ്ട് നമ്മുടെ നാട്ടിൽനിന്ന് ഓടി രക്ഷപ്പെടുകയായിരുന്നു. അവരെ ഓടിച്ചവർക്കുനേരെ ചരിത്രം തിരിഞ്ഞുനിൽക്കുകയാണിന്ന്. ഇരുട്ടിന്റെ മൂലയിൽ ആരാരും അറിയപ്പെടാതെ ജീവിതം തള്ളിനീക്കുവാൻ മനസുവരാതെ ചെറുപ്രായത്തിലേ സംഗീതത്തെ കൂട്ടിന് വിളിച്ച വൈക്കം വിജയലക്ഷ്മിയുടെ പാട്ടുകളിലും അറിയപ്പെടാതെ പോകുന്ന വേദനയുടെയും കണ്ണീരിന്റെയും നനവുകൾ കണ്ടെത്താനാവും.

വിജയലക്ഷ്മി ഒരു പ്രചോദനമാണ്. തളർന്നു പോകുന്നവർക്കും ജീവിതത്തിൽ വേദന തിന്നു കഴിയുന്നവർക്കുമുള്ള ആശ്വാസമായി ഈ പുസ്തകം മാറുമെന്ന് ഞങ്ങൾക്കുറപ്പുണ്ട്.

ഈ പുസ്തകം തയാറാക്കാൻ മലയാളത്തിലെ വിവിധ ആനുകാലികങ്ങളെ ഉപയോഗപ്പെടുത്തിയിട്ടുണ്ട്. മറ്റ് പത്രപ്രവർത്തക സുഹൃത്തുക്കൾ, വൈക്കം സ്വദേശിയായ കവി അജീഷ്ദാസൻ, പത്രപ്രവർത്തകനായ ശ്രീ. ചിത്രൻ എം ജെ എന്നിവരോടുള്ള നന്ദിയും കടപ്പാടും അറിയിക്കുന്നു.

വിജയലക്ഷ്മിയുടെ വൈക്കത്തുള്ള 'ഉഷാനിലയം' എന്ന വീട്ടിൽ

മൂന്നു ദിവസം നീണ്ടുനിന്ന സംഭാഷണത്തിലൂടെയാണ് ഈ പുസ്തകം ഞങ്ങൾ തയാറാക്കിയത്. വിജയലക്ഷ്മിയുടെ വിവിധ ഭാവങ്ങൾ ക്യാമറയിൽ പകർത്തിയത് വിൻസന്റ് പീറ്ററാണ്.

രേഖീയമായ ഒരു ആഖ്യാനശൈലിയല്ല ഈ പുസ്തകത്തിൽ സ്വീകരിച്ചിരിക്കുന്നത്. പാട്ടും അനുഭവവും ഇഴചേർന്നു നിൽക്കുന്ന വിജയലക്ഷ്മിയുടെ വാക്കുകളിലെ നിഷ്കളങ്കതയെ നിലനിർത്താൻ ഞങ്ങൾ ശ്രമിച്ചിട്ടുണ്ട്. വായനക്കാരുടെ സഹകരണം പ്രതീക്ഷിക്കുന്നു.

രാജേഷ് കെ എരുമേലി
രാജേഷ് ചിറപ്പാട്

1

പാട്ടിലേക്ക് പിച്ചവെച്ച്

ആയിരത്തി തൊള്ളായിരത്തി എൺപത്തി ഒന്ന് ഒക്ടോബർ ഏഴാം തീയതി വൈക്കം കടൂക്കരഗ്രാമത്തിലാണ് ഞാൻ ജനിച്ചത്. മുരളീധരനും വിമലയുമാണ് അച്ഛനമ്മമാർ. വിജയദശമി നാളിൽ ജനിച്ചതുകൊണ്ടാണ് എനിക്ക് വിജയലക്ഷ്മി എന്ന് പേരിട്ടത്. അഞ്ചുവർഷം ചെന്നൈയിലാണ് ജീവിച്ചത്. അച്ഛനവിടെ ഇലക്ട്രോണിക് കടയായിരുന്നു. ചെന്നൈയിലെ അമഞ്ചിക്കരയിലായിരുന്നു അച്ഛന്റെ കട. അമ്മയുടെ ബന്ധുക്കളും ചെന്നൈയിലാണ് താമസിച്ചിരുന്നത്. നന്നേ ചെറുപ്പത്തിൽ തന്നെ പാട്ടിനോട് വല്ലാത്ത ഇഷ്ടമായിരുന്നു. രണ്ടുവയസുമുതൽ ഞാൻ പാടിത്തുടങ്ങി. മകളെ, സംഗീതപാരമ്പര്യമുള്ള അച്ഛനും അമ്മയും ശ്രദ്ധിച്ചുതുടങ്ങിയിരുന്നു. അതുകൊണ്ടുതന്നെ അച്ഛനും അമ്മയ്ക്കും അതൊരത്ഭുതമായി തോന്നിയില്ല. *സിന്ധുഭൈരവി* എന്ന തമിഴ് സിനിമയിൽ കെ എസ് ചിത്ര പാടിയ 'താനൊരു ചിന്ത് കാവടി ചിന്ത്' എന്ന പാട്ടാണ് ആദ്യമൊക്കെ പാടിയിരുന്നത്. എനിക്ക് അഞ്ചുവയസായപ്പോഴാണ് വൈക്കത്തേക്ക് താമസം മാറ്റിയത്.

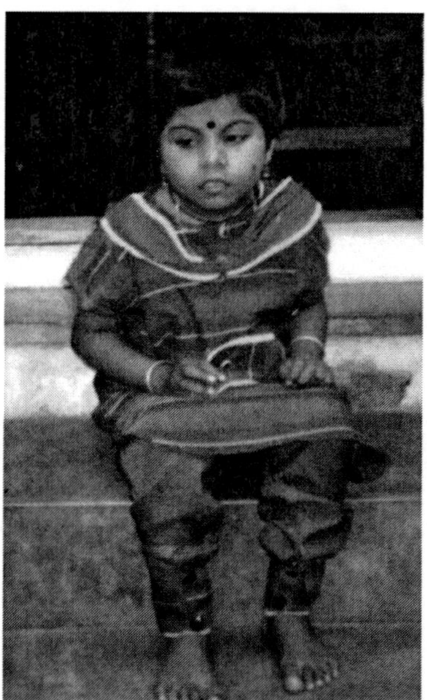

വൈക്കം വിജയലക്ഷ്മിയുടെ കുട്ടിക്കാലത്തെ ഫോട്ടോ

ജന്മനാ ഞാൻ അന്ധയായിരുന്നു.

അച്ഛൻ മുരളീധരൻ അമ്മ വിമല എന്നിവർക്കൊപ്പം വിജയലക്ഷ്മി

ആദ്യമൊക്കെ എനിക്കത് തിരിച്ചറിയാൻ കഴിഞ്ഞിരുന്നില്ല. കാഴ്ചയുടെ ലോകം എന്നെന്നേക്കുമായി എനിക്ക് നഷ്ടമാണെന്ന് പിന്നീട് ഞാൻ തിരിച്ചറിഞ്ഞു. സംഗീതത്തിലൂടെയാണ് ഞാൻ പിന്നീട് ജീവിക്കാൻ തുടങ്ങിയത്. സംഗീതമാണ് എന്നെ മുന്നോട്ടുനയിക്കുന്ന വെളിച്ചം.

അച്ഛന്റെ അമ്മ സരോജിനിയമ്മ നന്നായി പാട്ടുകൾ പാടുമായിരുന്നു. ആ പാട്ടുകൾ ഞാൻ കേൾക്കുമായിരുന്നു. ഞാൻ അതുകേട്ട് മുത്തശ്ശിയെ പാടിക്കേൾപ്പിക്കും. എന്റെ പാട്ടുകൾ കേട്ട മുത്തശ്ശി എന്റെ സംഗീതവാസന തിരിച്ചറിഞ്ഞു. മുത്തശ്ശിക്ക് ശാസ്ത്രീയസംഗീതത്തിൽ നല്ല അറിവുണ്ടായിരുന്നു. വൈക്കത്തെ ഗോപിയാശാന്റെ കീഴിലാണ് മുത്തശ്ശി സംഗീതം അഭ്യസിച്ചിരുന്നത്. ജി എൻ ബാലസുബ്രഹ്മണ്യം, എം എസ് സുബ്ബലക്ഷ്മി, ബാലമുരളീകൃഷ്ണ എന്നിവരുടെ പാട്ടുകൾ മുത്തശ്ശി പാടുമ്പോൾ ഞാൻ അനങ്ങാതെ അങ്ങനെ കേട്ടിരിക്കും. അമ്മയുടെ അച്ഛൻ പത്മനാഭപിള്ളയ്ക്കും ശാസ്ത്രീയസംഗീതത്തോടായിരുന്നു കമ്പം. അങ്ങനെയാണ് എന്റെ അമ്മയ്ക്കും പാട്ടിൽ താൽപ്പര്യമുണ്ടാകുന്നത്.

എന്റെ അച്ഛനും നല്ല പാട്ടുകാരനാണ്. ഗോപിയാശാന്റെ കീഴിൽ അച്ഛനും സംഗീതം പഠിച്ചിട്ടുണ്ട്. ഇതൊക്കെ കൊണ്ടായിരിക്കാം ഞാൻ സംഗീതത്തിന്റെ വഴിയിലേക്ക് പിച്ചവെച്ച് നടന്നു തുടങ്ങാൻ കാരണമായത്. അച്ഛന്റെ അച്ഛൻ വേലായുധൻപിള്ളയ്ക്ക് വലിയൊരു കാസറ്റ് ശേഖരമുണ്ടായിരുന്നു. ചെമ്പൈ, മഹാരാജപുരം സന്താനം തുടങ്ങിയവരുടെ പാട്ടുകളുടെ ശേഖരം അതിലുണ്ടായിരുന്നു.

ദാസേട്ടന്റെ പാട്ടുകളായിരുന്നു എന്നെ കൂടുതലായി ആകർഷിച്ചത്.

പ്രത്യേകിച്ച് ക്ലാസിക്കൽ സംഗീതം. അദ്ദേഹത്തിന്റെ പാട്ട് ഞാൻ ശ്രദ്ധയോടെ കേൾക്കും. അത് പെട്ടെന്ന് മനസിൽ പതിയും. ചെറുപ്പംമുതലെ എനിക്കെന്തോ അങ്ങനെയൊരു സിദ്ധികിട്ടി. കാഴ്ചയില്ലാത്തതുകൊണ്ടാവും പാട്ടുകൾ പെട്ടെന്നുതന്നെ എന്റെ മനസിൽ പതിയുന്നത്. ഓരോ പാട്ടും കേട്ടുകഴിഞ്ഞാൽ അത് പഠിച്ചെടുക്കാനാണ് പിന്നെ ശ്രമം. അമ്മ ഭക്ഷണം കഴിക്കാൻ വിളിച്ചാൽപ്പോലും പാട്ടുപഠിക്കാതെ ഞാനവിടെ നിന്ന് എഴുന്നേൽക്കില്ല. അമ്മ വിളിച്ചുമടുക്കും. ഞാനാണെങ്കിൽ പാട്ടിന്റെ വരികളും ഈണങ്ങളും കേട്ടുകേട്ടങ്ങനെ ഇരിക്കും. കർണാടകസംഗീതത്തിന്റെ രാഗങ്ങളും അഞ്ചാംവയസുമുതലേ ഞാൻ മൂളിത്തുടങ്ങി.

ദാസേട്ടന്റെ പാട്ടുകൾക്കൊപ്പം എം എസ് സുബ്ബലക്ഷ്മിയമ്മ, ബാലമുരളീകൃഷ്ണ, മധുരൈ ടി എൻ ശേഷഗോപാലൻ സാർ എന്നിവരുടെ പാട്ടുകളും പഠിക്കാൻ തുടങ്ങി. മഹത്തുക്കളായ ഇവരുടെയൊക്കെ പാട്ടുകൾ കേട്ടതോടെയാണ് സംഗീതത്തിന്റെ വലിയൊരു ലോകം എന്നിലേക്ക് തുറന്നുവരുന്നത്.

2

യേശുദാസ് മാനസഗുരു

സംഗീത വഴിയിലെ മറക്കാനാവാത്ത അനുഭവമാണ് ആറാമത്തെ വയസിൽ ദാസേട്ടന് (കെ ജെ യേശുദാസ്) ദക്ഷിണ നൽകിയത്. ദാസേട്ടനിൽനിന്ന് ഞാൻ സംഗീതം പഠിച്ചിട്ടില്ല. പക്ഷേ, അദ്ദേഹത്തെ മനസിൽ ഗുരുവായി ഞാൻ സങ്കൽപ്പിക്കുകയായിരുന്നു. ദാസേട്ടന്റെ ശബ്ദമാധുര്യവും അക്ഷരസ്ഫുടതയും എന്നെ വല്ലാതെ ആകർഷിച്ചിരുന്നു.

1987 ൽ വൈക്കം ബോയ്സ് ഹൈസ്കൂളിൽ ഒരു ഗാനമേള അവതരിപ്പിക്കാൻ അദ്ദേഹം വന്നു. അതെന്റെ ജീവിതത്തിലെ ഒരു നിയോഗമാ

ഗാനഗന്ധർവൻ യേശുദാസിനൊപ്പം

യേശുദാസിന്റെ കുടുംബത്തോടൊപ്പം കുഞ്ഞു വിജയലക്ഷ്മി

യിരുന്നു. വൈക്കം ടി ബിയിലായിരുന്നു അദ്ദേഹം താമസിച്ചത്. ആ സമയത്താണ് ദാസേട്ടന് ദക്ഷിണ നൽകണമെന്ന ഒരാഗ്രഹം എനിക്കുണ്ടാവുന്നത്. ഞാനത് അച്ഛനോടും അമ്മയോടും പറഞ്ഞു. അവർക്കും അങ്ങനെയൊരാഗ്രഹമുണ്ടായിരുന്നു.

അച്ഛൻ എന്റെ ആഗ്രഹം ആദ്യം അറിയിച്ചത് ഭാഗവതർ വാസുദേവൻ നമ്പൂതിരിയോടാണ്. അദ്ദേഹവും ദാസേട്ടനും ഒരുമിച്ച് പഠിച്ചവരാണ്. മോളുടെ കാര്യം ഞാൻ ദാസുമായി സംസാരിക്കാമെന്ന് അദ്ദേഹം പറഞ്ഞു. കൂടാതെ *മാതൃഭൂമി*യുടെ ഏജന്റായ കുഞ്ഞച്ചൻ മാമനും (യു ഉലഹന്നാൻ) പ്രതാപൻ ചേട്ടനുമാണ് ഇങ്ങനെയൊരു കൂടികാഴ്ചയ്ക്ക് അവസരമൊരുക്കിത്തന്നത്. ഇവർ രണ്ടുപേരും ഞങ്ങളുടെ കുടുംബസുഹൃത്തുക്കളാണ്. ദാസേട്ടന് ദക്ഷിണ നൽകിയത് എന്റെ ജീവിതത്തിലെ പുണ്യമാണെന്ന് ഞാൻ കരുതുന്നു. ആ മുഹൂർത്തം ഇന്നും എന്റെ മനസിൽ നിറഞ്ഞുനിൽക്കുകയാണ്. ഒരു സംഗീത വിദ്യാർഥിക്ക് ഇതിൽ കൂടുതൽ എന്താണ് വേണ്ടത്?

ഞാനന്നു ചെറിയ കുട്ടിയാണല്ലോ. അച്ഛൻ എന്നെ എടുത്തുകൊണ്ടാണ് ദാസേട്ടന്റെ അടുക്കലേക്ക് പോയത്. അച്ഛന്റെ തോളിലിരുന്ന് ഞാൻ ദാസേട്ടന്റെ പാട്ടുകൾ മനസിൽ പാടി. അദ്ദേഹം വലിയ തിരക്കുള്ള ആളല്ലേ. പത്തുമിനിട്ട് സമയമാണ് ഞങ്ങൾക്ക് അനുവദിച്ചത്.

എന്നെ കണ്ടപ്പോഴേ അദ്ദേഹം ആദ്യം ഞെട്ടി. ഇത്രയും ചെറിയ കുട്ടിയിൽ നിന്നാണോ താൻ ദക്ഷിണ സ്വീകരിക്കേണ്ടതെന്ന ചിന്തയായിരുന്നു ദാസേട്ടന്. ദാസേട്ടൻ എന്നോട് ഒന്നു മൂളാൻ ആവശ്യപ്പെട്ടു.

കാസറ്റിലൂടെ മാത്രം കേട്ടിരുന്ന ആ മനോഹര ശബ്ദം എന്റെ തൊട്ടടുത്ത്. എനിക്ക് വലിയ സന്തോഷമായി. ഈ മഹാഭാഗ്യം ഇത്ര ചെറുപ്പത്തിലേ അനുഭവിക്കാൻ കഴിയുമെന്ന് ഞാനൊരിക്കലും കരുതിയില്ല.

ദാസേട്ടൻ ഒരു പാട്ടുമൂളാൻ പറഞ്ഞയുടനെ തോടീ രാഗത്തിലെ തായേ യശോദേ.. എന്ന കീർത്തനം ഞാൻ പാടി. ഉള്ളിൽ ചെറിയ ഭയമുണ്ടായിരുന്നു. അദ്ദേഹം ഒരു സിനിമാ ഗാനമായിരുന്നു പ്രതീക്ഷിച്ചിരുന്നത്. ഈ കീർത്തനം കേട്ടതോടെ മറ്റൊരു കീർത്തനംകൂടി പാടാൻ പറഞ്ഞു. ഭൈരവീ രാഗത്തിലെ ഉപചാരമു....എന്ന കീർത്തനമാണ് ഞാൻ പിന്നീട് പാടിയത്.

ദാസേട്ടന് അത്ഭുതമായി. ഇത്തിരിയില്ലാത്ത ഒരു കൊച്ചുകുട്ടി എപ്പോഴാണ് ഇതൊക്കെ പഠിച്ചതെന്ന് അദ്ദേഹം ആശ്ചര്യപ്പെട്ടു. എന്റെ പേടി മാറി. അദ്ദേഹം എന്റെ പാട്ടിനെ ഇഷ്ടപ്പെട്ടുവല്ലോ.

എന്നെ പരീക്ഷിക്കാനാണോ എന്നറിയില്ല, ദാസേട്ടൻ ചില രാഗങ്ങൾ ആലപിച്ചു. എന്നിട്ട് അദ്ദേഹം ഈ രാഗങ്ങൾ ഏതൊക്കെയാണെന്നറിയാമോ എന്ന് എന്നോട് ചോദിച്ചു. മുത്തശ്ശിയിൽനിന്ന് പഠിച്ച ഈ രാഗങ്ങളുടെ പേരുകളെല്ലാം ഞാൻ തെറ്റാതെ പറഞ്ഞു.

പത്തുമിനിട്ട് അനുവദിച്ച സമയം സംഗീത വിസ്മയത്തിൽ അങ്ങനെ രണ്ടുമണിക്കൂറോളം നീണ്ടു. സമയം പോകുന്നത് ഞാനറിഞ്ഞില്ല. അദ്ദേഹത്തിനുമുമ്പിൽ എത്ര രാഗങ്ങൾ മൂളിയാലും എത്ര കീർത്തനങ്ങൾ ആലപിച്ചാലും അതു മതിയാകില്ല.

അവസാനം അദ്ദേഹം എന്റെ കൊച്ചുകൈയിൽനിന്ന് ദക്ഷിണ സ്വീകരിച്ച് അനുഗ്രഹിച്ചു. അങ്ങനെ അദ്ദേഹം എന്റെ മാനസഗുരുവായി. ആ അനുഗ്രഹമാണ് എന്റെ സംഗീതവഴികളിൽ ഇന്നും പ്രകാശം പരത്തി നിൽക്കുന്നത്. എന്നോടൊപ്പം ഇത്രയും നേരം ചെലവഴിച്ചതിനാൽ വൈക്കത്തെ അദ്ദേഹത്തിന്റെ ഗാനമേള വൈകിയാണ് തുടങ്ങിയത്.

അദ്ദേഹം ഇതൊക്കെ ഓർമിച്ചിരിക്കുന്നുണ്ടെന്ന് എനിക്കറിയില്ലായിരുന്നു. എന്നാൽ, വർഷങ്ങൾക്കിപ്പുറം മാക്ടയുടെ മാധവസന്ധ്യയിൽ ദാസേട്ടന്റെയും മകൻ വിജയ് യേശുദാസിന്റെയും മുന്നിൽ "കുഞ്ഞിളം കൈകൾ വീശി വീശി ഓടി വായോ പൊന്നുഷസ്സേ" എന്ന പാട്ടുപാടാൻ എനിക്ക് ഭാഗ്യമുണ്ടായി. അവിടെവച്ച് വർഷങ്ങൾക്കുമുമ്പ് അച്ഛന്റെ കൈ പിടിച്ചു വന്ന ആ അഞ്ചു

യേശുദാസിനൊപ്പം വേദിയിൽ

വയസുകാരിയെ അദ്ദേഹം ഇന്നുമോർക്കുന്നു. എനിക്ക് ഇതിൽപ്പരം മറ്റെന്ത് ഭാഗ്യം വേണം. പിന്നീട് 2013 ജനുവരിയിൽ ദാസേട്ടനോടൊപ്പം തിരുവയ്യാറിൽ ഗായത്രി വീണ വായിക്കാൻ അവസരം ലഭിച്ചതും ജീവിതത്തിലെ മഹാഭാഗ്യമായി ഞാൻ കരുതുന്നു. ചെന്നൈയിലെ ദാസേട്ടന്റെ വീട്ടിൽ ഞാൻ പോയിട്ടുണ്ട്. അവിടെ താമസിച്ചപ്പോൾ മുത്തുസ്വാമി ദീക്ഷിതർ കൃതിയായ ഭവപ്രിയാ രാഗത്തിലെ ഭവമധുരാംഭാം ഭജരേ... എന്ന കീർത്തനം ദാസേട്ടൻ എന്നെ പഠിപ്പിച്ചു. അതിന്റെ ചില വരികൾ ഞാൻ പാടാം:

"മധുരാം ഭാം ഭജരേ...(2)
രമാനസ....
മദജനകാദി ഗരുഗുഹ സേവിധ
മധുരാം ഭാം ഭജരേ..."(2)

അദ്ദേഹം ഒരുപാട് തമാശകളൊക്കെ പറയും. അദ്ദേഹത്തിന്റെ പത്നി പ്രഭച്ചേച്ചിക്കും എന്റെ പാട്ട് വലിയ ഇഷ്ടമാണ്. എന്തെങ്കിലും സംശയമുണ്ടാകുമ്പോൾ ദാസേട്ടനെ ഞാൻ ഫോണിൽ വിളിക്കും. എത്ര തിരക്കാണെങ്കിലും എന്റെ സംശയങ്ങൾക്ക് അദ്ദേഹം മറുപടി പറയും. ദാസേട്ടൻ പഠിപ്പിച്ച കീർത്തനങ്ങൾ ഏതുറക്കത്തിൽ ചോദിച്ചാലും എനിക്കറിയാം.

ജീവിതത്തിലെ ഇത്തരം ചെറിയചെറിയ സന്തോഷങ്ങളാണ് എനിക്ക് ആത്മവിശ്വാസം നൽകുന്നത്. ഗാനഗന്ധർവൻ എന്ന് ലോകം വിശേഷിപ്പിക്കുന്ന ദാസേട്ടന് ദക്ഷിണ കൊടുക്കാൻ കഴിഞ്ഞതുകൊണ്ടാണ് എനിക്ക് സംഗീതത്തിൽ എന്തെങ്കിലും ആകാൻ കഴിഞ്ഞതെന്ന് ഞാൻ വിശ്വസിക്കുന്നു. അദ്ദേഹത്തിന്റെ അനുഗ്രഹം എന്റെ സംഗീതവഴികളെ കൈപിടിച്ചു നടത്തുന്നു.

3

അരങ്ങേറ്റം

ദാസേട്ടന് ദക്ഷിണ കൊടുത്ത് അനുഗ്രഹം വാങ്ങി ഒരു വർഷം കഴിഞ്ഞപ്പോഴായിരുന്നു എന്റെ അരങ്ങേറ്റം. വൈക്കം ഉദയനാപുരം ചാത്തൻകുട്ടി ദേവി ക്ഷേത്രത്തിലായിരുന്നു അരങ്ങേറ്റം. തിങ്ങിനിറഞ്ഞ സദസായിരുന്നു. അച്ഛന്റെ കൈപിടിച്ച് ഞാൻ വേദിയിലെത്തി. വയലിനിൽ കൂത്താട്ടുകുളം വിഷ്ണു നമ്പൂതിരിയും മൃദംഗത്തിൽ വൈക്കം വാസുദേവനും ഘടത്തിൽ ഉല്ലല വാസുദേവനും അന്ന് പക്കമേളമൊരുക്കി. തംബുരു മീട്ടിയത് വെച്ചൂർ വിജയൻ ആയിരുന്നു. ഏതാണ്ട് ഒരു

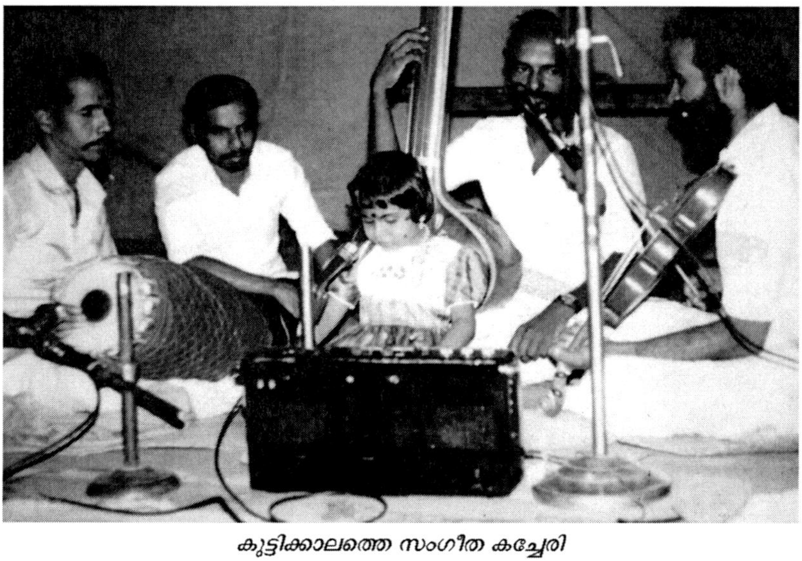

കുട്ടിക്കാലത്തെ സംഗീത കച്ചേരി

മണിക്കൂറോളം തോടി, ഭൈരവി, കല്യാണി എന്നീരാഗങ്ങളാണ് ഞാൻ പാടിയത്.

സദസിൽ നിന്നുയർന്ന നിലയ്ക്കാത്ത കൈയടികൾ ഇന്നും എന്റെ കാതുകളിൽ മുഴങ്ങുന്നു. രാഗങ്ങൾക്കുശേഷം ഞാൻ അവിടെ രണ്ടുമൂന്ന് ഭക്തി ഗാനങ്ങളും പാടി. ഇത്രയും ചെറിയ പ്രായത്തിൽ എനിക്ക് സംഗീതത്തിൽ അരങ്ങേറ്റം നടത്താനായത് എന്റെ ഭാഗ്യമായി ഞാൻ കാണുന്നു. ഈശ്വരന്റെ അനുഗ്രഹമാണത്. പിന്നെ എന്റെ അച്ഛനും അമ്മയും. എന്റെ ജീവിതത്തിലെ ഏറ്റവും വലിയഭാഗ്യമാണവർ. എന്റെ സംഗീതം എന്റെ അച്ഛനും അമ്മയുമാണ്. അവിരില്ലായിരുന്നെങ്കിൽ ഞാൻ ഏതെങ്കിലും ഒരു ബ്ലൈൻഡ് സ്കൂളിൽ പഠിച്ച് ചിലപ്പോൾ ഒന്നുമാകാതെ അവസാനിക്കുമായിരുന്നു.

ഏതു പാട്ടും ഒരിക്കൽ മാത്രം കേട്ടാൽ ഞാൻ കാണാതെ പഠിക്കും. ഓർമവെച്ചകാലം മുതൽക്കേ എനിക്ക് പാട്ടുമാത്രമായിരുന്നു കൂട്ട്. ഇന്നും അങ്ങനെതന്നെ.

അരങ്ങേറ്റത്തിനുശേഷം ഉദയനാപുരം സുബ്രഹ്മണ്യക്ഷേത്രത്തിലെ ഉത്സവത്തോടനുബന്ധിച്ചാണ് പിന്നീട് ഞാൻ പാടുന്നത്. വൈക്കത്തുകാർ എന്നെ നന്നായി പ്രോത്സാഹിച്ചു. ഒരത്ഭുത ബാലികയായാണ് അവർ എന്നെ കണ്ടത്. എല്ലാവർക്കും എന്നോട് വലിയ ഇഷ്ടമായിരുന്നു. നാട്ടിലെ ചെറിയ പരിപാടികൾക്കുപോലും ഇവിടത്തെ പത്രങ്ങൾ നല്ല പിന്തുണ നൽകി. അവരോട് എനിക്ക് നന്ദിയും കടപ്പാടുമുണ്ട്.

എനിക്ക് ആറരവയസുള്ളപ്പോൾ മുംബൈ ഷൺമുഖാനന്ദഹാളിൽ ഒരു കച്ചേരി നടത്തി. 1988 ലായിരുന്നു അത്. എന്റെ അമ്മാവൻ മുംബൈയിലെ ബൈന്തർ മലയാളി അസോസിയേഷന്റെ സെക്രട്ടറിയായിരുന്നു. ഞാനദ്ദേഹത്തെ വേണുമാമൻ എന്നാണ് വിളിക്കുന്നത്. വേണുമാമൻ വഴിയാണ് അവരുടെ വാർഷിക പരിപാടിക്ക് മുംബൈയിൽ കച്ചേരി നടത്താൻ അവസരം ലഭിക്കുന്നത്. അവിടെ സംഗീതലോകത്തെ പ്രശസ്തരായ അമ്പലപ്പുഴ ബ്രദേഴ്സ് പരിപാടി അവതരിപ്പിക്കാൻ എത്തിയിരുന്നു. ഇവരുടെ ബന്ധുക്കളെല്ലാം ഷൺമുഖാനന്ദ സംഗീതസഭയിലെ അംഗങ്ങളാണ്. അവരൊക്കെ സംഗീതലോകത്തെ വലിയവലിയ ആളുകളാണ്. കൊച്ചുകുട്ടിയായതിനാൽ അവർക്ക് എന്നെ കണ്ടപ്പോൾ ഒരു വല്ലായ്മ. ഇത്തിരിപ്പോന്ന ഒരു കുട്ടി ശാസ്ത്രീയ സംഗീതക്കച്ചേരിക്ക് പങ്കെടുക്കുകയോ. പക്ഷേ, കീർത്തനവും സ്വരവുമൊക്കെ പാടി കഴിഞ്ഞപ്പോൾ അവർക്ക് അത്ഭുതമായി. കൊച്ചുകുട്ടിയായതിനാൽ എനിക്കുവേണ്ടി ഉപകരണങ്ങൾ വായിക്കാൻതന്നെ അവർക്ക് മടിയായിരുന്നു. ഇതിനിടെ വളരെ രസകരമായ ഒരു സംഭവമുണ്ടായി. പരിപാടി വളരെ വൈകിയാണ് ആരംഭിച്ചത്. അതുകൊണ്ട് ആവർത്തനം പാടുന്നതിനിടയിൽ ഞാൻ ഉറങ്ങിപ്പോയി. എന്നാൽ, അച്ഛൻ അടുത്തുണ്ടായിരുന്നു. അച്ഛൻ എന്നെ തട്ടി വിളിച്ചപ്പോൾ പെട്ടെന്നുതന്നെ ഞാൻ നിർത്തിയയിടത്തുനിന്ന് വീണ്ടും പാടിത്തുടങ്ങി. അതുകേട്ട് എല്ലാവരും കൈയടിച്ചു. ഒന്നരമണിക്കൂർ

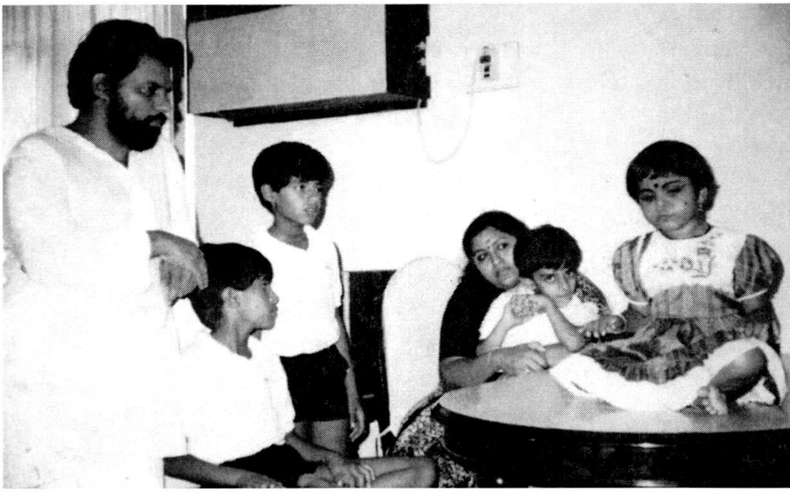

കുട്ടിക്കാലത്ത് യേശുദാസിനും കുടുംബത്തിനുമൊപ്പം

നീണ്ടുനിന്ന കച്ചേരിയായിരുന്നു അത്. അവിടെനിന്നുള്ള പ്രതികരണങ്ങൾ കേട്ടതോടെയാണ് എന്റെ ഉള്ളിലുള്ള സംഗീതത്തെ ഞാൻ തിരിച്ചറിയാൻ തുടങ്ങുന്നത്. ഇനിയും എത്ര പൊതുപരിപാടികൾ കിട്ടിയാലും ആ കച്ചേരി ഒരിക്കലും മറക്കാൻ കഴിയില്ല. ഒരു പൊതു പരിപാടിയിൽ ഭയമില്ലാതെ പങ്കെടുക്കാനുള്ള ആത്മവിശ്വാസമാണ് അവിടെനിന്ന് ലഭിച്ചത്.

4

സംഗീതപഠനവും സ്കൂൾ വിദ്യാഭ്യാസവും

ഏഴാമത്തെ വയസിലാണ് ഗുരുമുഖത്തുനിന്ന് ഞാൻ നേരിട്ട് സംഗീതം അഭ്യസിക്കാൻ തുടങ്ങുന്നത്. ഇത് വലിയൊരനുഭവമായിരുന്നു. ആദ്യഗുരു അമ്പലപ്പുഴ തുളസി ടീച്ചറായിരുന്നു. തുളസിടീച്ചറെ എനിക്ക് ഒരിക്കലും മറക്കാൻ കഴിയില്ല. എന്റെ അവസ്ഥകളെ മനസിലാക്കി സംഗീതത്തിലേക്ക് കൈപിടിച്ചു നടത്തിയത് തുളസി ടീച്ചറായിരുന്നു. താളമിട്ട് എന്നെ പാടാൻ പഠിപ്പിച്ചത് തുളസി ടീച്ചറായിരുന്നു.

വൈക്കം സുമ, വൈക്കം പ്രസന്ന, തൃപ്പൂണിത്തുറ വിൻസന്റ്, മാവേലിക്കര സുബ്രഹ്മണ്യം എന്നിവരും എന്റെ സംഗീതഗുരുക്കന്മാരായിരുന്നു. ഇപ്പോൾ മാവേലിക്കര പൊന്നമ്മാൾ, നെടുമങ്ങാട് ശിവാനന്ദൻ എന്നിവരുടെ കീഴിൽ ഞാൻ സംഗീതം പഠിക്കുന്നുണ്ട്. എത്ര പഠിച്ചാലും തീരാത്തതാണ് സംഗീതം. അതുകൊണ്ട് ഞാനിപ്പോഴും ഒരു സംഗീത വിദ്യാർഥിയാണ്. മരണംവരെ ഇങ്ങനെ സംഗീതം പഠിച്ചുകൊണ്ടിരിക്കുവാനാണ് എനിക്കിഷ്ടം.

സംഗീതപഠനത്തോടൊപ്പം ഞാൻ സ്കൂൾ വിദ്യാഭ്യാസത്തിലും ശ്രദ്ധിച്ചു. ഒന്നു മുതൽ നാലുവരെ ഞാൻ സ്കൂളിൽ പോയില്ല. വീട്ടിലിരുന്നാണ് പഠിച്ചത്. അഞ്ചുമുതൽ വൈക്കം ചാലപ്പറമ്പ് ടി കെ മാധവൻ മെമ്മോറിയൽ യു പി സ്കൂളിലാണ് പഠിച്ചത്. ഹൈസ്കൂൾ വിദ്യാഭ്യാസം വൈക്കം ഗവണ്മെന്റ് ഗേൾസ് ഹൈസ്കൂളിലുമായിരുന്നു. അവിടെ പഠിക്കുമ്പോൾ ആലീസ് എന്ന ടീച്ചർ ഉണ്ടായിരുന്നു. ഭയങ്കര ദേഷ്യക്കാരിയായിരുന്നു അവർ. ടീച്ചർ വഴക്കു പറയുമ്പോൾ എല്ലാവരോടും പെരുമാറുമ്പോലെ എന്നോട് പെരുമാറരുതെന്ന് ഞാൻ ടീച്ചറോട് പറഞ്ഞു. കണക്കായിരുന്നു അവർ പഠിപ്പിക്കുന്നത്. ഒരിക്കൽ പട്ടിക ചൊല്ലാൻ പറഞ്ഞപ്പോൾ ഞാൻ എഴുന്നേറ്റ് ചൊല്ലാൻ തുടങ്ങി. ഉറക്കെ ചൊല്ലാൻ ടീച്ചർ ആവശ്യപ്പെട്ടു. ടീച്ചറിനെന്താ ചെവി കേൾക്കത്തില്ലേ എന്ന് ഞാൻ

വിജയലക്ഷ്മിയുടെ കുട്ടിക്കാലത്തെ കച്ചേരിയുടെ ഒരു നോട്ടീസ്

ടീച്ചറോട് ചോദിച്ചു. കേൾക്കാമെങ്കിൽ കേട്ടാൽ മതിയെന്ന് ഞാൻ പറഞ്ഞു. എനിക്ക് ഒരുപാട് അടി തന്നിട്ടുണ്ട്. കണക്ക് എനിക്ക് പഠിക്കാൻ ഭയങ്കര വിഷമമായിരുന്നു. മലയാളവും ബയോളജിയുമായിരുന്നു ഇഷ്ടവിഷയം. ഏഴാംക്ലാസിൽ പഠിക്കുമ്പോൾ എന്നെ ട്യൂഷൻ പഠിപ്പിച്ചിരുന്ന ബീനടീച്ചർ എനിക്കൊരു നുള്ള് തന്നു. ഞാനും തിരിച്ചൊരു നുള്ളു കൊടുത്തു. ഇനി മേലാൽ എന്നെ നുള്ളരുതെന്ന് ഞാൻ ടീച്ചറോട് പറഞ്ഞു.

എന്റെ വിദ്യാഭ്യാസകാലത്ത് ഒരുപാട് കൂട്ടുകാർ എന്നെ സഹായിച്ചു. സ്കൂളിലേക്ക് കൈപിടിച്ചുകൊണ്ടുപോവുകയും മറ്റും ചെയ്ത കൂട്ടുകാർ. പുളിഞ്ചുവട്ടിൽ താമസിച്ചിരുന്ന വിദ്യ ആയിരുന്നു എന്റെ പ്രിയ കൂട്ടുകാരി. ഇപ്പോൾ അവൾ വിവാഹം കഴിഞ്ഞ് ഇടുക്കി അടിമാലിയിലാണ് താമസിക്കുന്നത്. രണ്ടുമൂന്നു മാസം മുമ്പ് അവൾ ഇവിടെ എന്റെയടുത്ത് വന്നിരുന്നു. ഇടയ്ക്ക് അവൾ എന്നെ വിളിക്കും. യുപി സ്കൂളിൽ എന്നെ പഠിപ്പിച്ച വൈക്കം ടി വി പുരത്ത് താമസിക്കുന്ന രാധ ടീച്ചറെയാണ് അധ്യാപകരിൽ എനിക്കേറെ ഇഷ്ടം. ഗേൾസ് ഹൈസ്കൂളിൽ പഠിപ്പിച്ച നസീംഭായ് ടീച്ചറും പ്രീഡിഗ്രിക്കു പഠിപ്പിച്ച ട്രീസ ടീച്ചറും എനിക്ക് പ്രിയപ്പെട്ടവരാണ്. ഗായികയ്ക്കുള്ള സംസ്ഥാന സർക്കാറിന്റെ ബഹുമതി ലഭിച്ചെങ്കിലും പഠിച്ച സ്ഥാപനങ്ങളൊന്നും എന്നെ ഓർത്തില്ല. തലയോലപ്പറമ്പ് ഡി ബി കോളേജ് എനിക്കൊരു സ്വീകരണം നൽകിയിരുന്നു.

അവരെ ഞാൻ ഓർമിക്കുന്നു. പഠനത്തിൽ ഞാൻ മിടുക്കിയായിരുന്നു. ക്ലാസിൽ ഫസ്റ്റായിരുന്നു ഞാൻ. ക്ലാസിൽ ടീച്ചറന്മാർ പഠിപ്പിക്കുന്നത് റെക്കോർഡു ചെയ്തു വീട്ടിലേക്ക് കൊണ്ടുവരും. വീട്ടിലെത്തിയാൽ ഇത് ശ്രദ്ധയോടെ കേൾക്കും. ഒരു സ്പെഷ്യൽ സ്കൂളിലും ഞാൻ പോയിട്ടില്ല. ശാരീരികമായ പരിമിതികളെ വെല്ലുവിളിക്കാനുള്ള ഒരു മനോ

ധൈര്യം എനിക്ക് കുഞ്ഞുന്നാളിലേ ഉണ്ടായിരുന്നു. സംഗീതമായിരുന്നു എനിക്കതിന് കരുത്തുനൽകിയത്.

ഹൈസ്കൂൾ വിദ്യാഭ്യാസത്തിനുശേഷം പ്രീഡിഗ്രിക്ക് എറണാകുളം സെന്റ് തെരേസാ കോളേജിലാണ് പഠിച്ചത്. പിന്നീട് പ്രൈവറ്റായി ഹിസ്റ്ററിയിൽ ബിരുദം നേടി. വൈക്കം ഭാരത് കോളേജിലാണ് പരീക്ഷ എഴുതിയത്. ഇപ്പോൾ കേരള യൂണിവേഴ്സിറ്റിയുടെ വിദൂര പഠനകേന്ദ്രത്തിൽ എം എ മ്യൂസിക് പഠിക്കുകയാണ്.

സംഗീതത്തിൽ ഡോക്ടറേറ്റെടുക്കണമെന്നാണ് എന്റെ ആഗ്രഹം. സംഗീതമല്ലാതെ എന്റെ ജീവിതത്തിൽ മറ്റൊന്നുമില്ല. സംഗീതം ഇല്ലായിരുന്നെങ്കിൽ ഞാൻ എങ്ങനെ ജീവിക്കുമായിരുന്നു എന്നെനിക്ക് പലപ്പോഴും തോന്നിയിട്ടുണ്ട്. സ്വരങ്ങളിലൂടെ, ശബ്ദങ്ങളിലൂടെയാണ് ഞാൻ ലോകത്തെ കാണുന്നത്, ആളുകളെ തിരിച്ചറിയുന്നത്. ഈ തിരിച്ചറിവുകൾക്കുമെല്ലാം അപ്പുറം ഞാൻ എന്റെ സംഗീതത്തെ തിരിച്ചറിയുന്നു.

1997 ൽ സ്കൂൾ യുവജനോൽസവത്തിൽ ശാസ്ത്രീയ സംഗീതത്തിന് എനിക്കായിരുന്നു ഒന്നാം സമ്മാനം. സംഗീതം സാധകത്തിലൂടെയാണ് കൂടുതൽ കൂടുതൽ നന്നാക്കാനാവുക. ഞാൻ എന്നും വെളുപ്പിന് എഴുന്നേറ്റ് സാധകം ചെയ്യും. ശബ്ദത്തിന്റെ സൗന്ദര്യം, ശ്രുതിയിലും ലയത്തിലും ഉള്ള ശുദ്ധി, ഉച്ചാരണ സ്ഫുടത എന്നിവ പ്രധാനമാണ്. അച്ഛൻ എന്നെ ഇത്തരം കാര്യങ്ങളിൽ സഹായിക്കും.

പാടുമ്പോൾ അക്ഷരശുദ്ധി വേണം. വിദ്യാഭ്യാസം അതിനെന്നെ സഹായിച്ചു. കേൾക്കുന്നവർക്ക് പാട്ടിന്റെ സാഹിത്യം നന്നായി മനസിലാലാവണം. ദാസേട്ടന്റെയൊക്കെ വിജയം അവിടെയാണ്.

5

സംഗീതംതന്നെ ജീവിതം

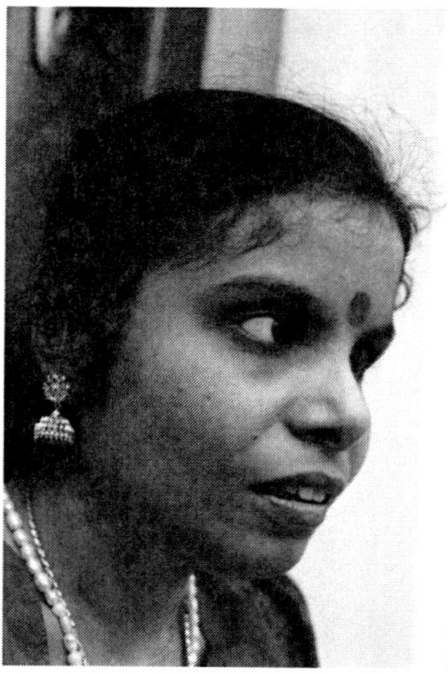

കച്ചേരി നടത്താൻ പല സ്ഥല ങ്ങളിൽ ഞങ്ങൾ പോകാറുണ്ടായിരുന്നു. കൂടെ എപ്പോഴും അച്ഛനും അമ്മയും ഉണ്ടാകും. കേരളത്തിൽ മാത്രമല്ല, ഇന്ത്യയിലെ പലയിടങ്ങളിലും കച്ചേരി നടത്തിയിരുന്നു. കച്ചേരിയിൽ കർണ്ണാടക സംഗീതം, ഹിന്ദുസ്ഥാനിസംഗീതം, കഥകളി സംഗീതം, അഷ്ടപദി, ഭക്തിഗാനങ്ങൾ, സിനിമാഗാനങ്ങൾ ഒക്കെ ആലപിക്കാറുണ്ട്. ആസ്വാദകരിൽനിന്ന് നല്ല പ്രതികരണമാണ് എനിക്ക് എപ്പോഴും ലഭിച്ചിട്ടുള്ളത്.

കീബോർഡ്, മൃദംഗം, തകിൽ, ഘടം എന്നീ സംഗീതോപകരണങ്ങളും ഞാൻ പഠിച്ചിട്ടുണ്ട്. കുട്ടികളുടെ പീപ്പിയിലൂടെ ഞാൻ സംഗീതം സൃഷ്ടിച്ചിട്ടുണ്ട്.

സംഗീതത്തെ ഞാൻ ഈശ്വരനെപ്പോലെയാണ് കാണുന്നത്. മനസിന്റെ വേദനകൾ അകറ്റാൻ സംഗീതത്തിന് കഴിയുന്നു. പാടുന്നവർക്കും പാട്ട് കേൾക്കുന്നവർക്കും ഒരുപോലെ ആസ്വദിക്കാൻ കഴിയുന്നതാണ് സംഗീതം. സംഗീതമില്ലാത്ത ഒരു ജീവിതത്തെക്കുറിച്ച് എനിക്ക് ചിന്തിക്കാൻ കഴിയില്ല.

ഞാൻ രണ്ട് വർണവും അഞ്ചുകീർത്തനവും സ്വന്തമായി ചിട്ടപ്പെടുത്തിയിട്ടുണ്ട്. ഒരു പല്ലവിയും ചെയ്തിട്ടുണ്ട്. അതിലെ വർണം ഞാൻ പാടാം:

"തതന നാ..നാ...നാ...
ആ....ആ.... ആ.....
ആ.....ആ......ആ.....
സിദ്ധി വിനായകനേ.....ശരണം (2)
സർവവിഘ്ന നിവാരണ നമസ്തേ (2)
ബുദ്ധിദായകാ ഗൗരി തനയാ....(2)
ഗുഹാ... സോദരാ നമസ്തേ....
ഗൗരി സോദരാ വിജയ പ്രദായകാ..(2)
സഗരിസരി രിപഗരിഗ
ഗതപഗപ (2)
തപഗരി
സരിഗപതസഗതപ
സരിഗപതസ."

അഞ്ചുവയസിൽ തുടങ്ങിയ കച്ചേരി ഞാൻ ഇപ്പോഴും തുടരുകയാണ്. ഇതുവരെ ആറായിരത്തോളം സ്റ്റേജുകൾ കഴിഞ്ഞു.

ബാഗ്ലൂരിൽ ഐ ടി ഐ (ഇന്ത്യൻ ടെലിഫോൺ ഇൻഡസ്ട്രീസ്) സംഘടിപ്പിച്ച ഒരു പരിപാടിയിൽ കച്ചേരി നടത്താൻ ചെന്നു. ഈ സ്ഥാപ

വൈക്കം വിജയലക്ഷ്മി പുരസ്കാരങ്ങൾക്കൊപ്പം

ത്തിന്റെ എം ഡി ഒരു ആന്ധ്രാക്കാരനായിരുന്നു. ഇത്തരം സംഗീതപരി പാടികളോടൊന്നും അദ്ദേഹത്തിന് താൽപ്പര്യമില്ലായിരുന്നു. ഒരു ദിവസം മാത്രമേ അവിടത്തെ ഗസ്റ്റ് ഹൗസിൽ താമസിക്കാൻ അദ്ദേഹം അനു വാദം തന്നിരുന്നുള്ളൂ. അന്നത്തെ ആ കച്ചേരി കേട്ടുകഴിഞ്ഞതോടെ അദ്ദേ ഹത്തിന് എന്നെ വലിയ ഇഷ്ടമായി. കച്ചേരി കഴിഞ്ഞതോടെ മൂവായിരം രൂപയുടെ ഒരു ചെക്ക് അദ്ദേഹം അവിടെ വച്ചുതന്നെ ഒപ്പിട്ടുതന്നു. അദ്ദേ ഹത്തിന്റ ഭാര്യ പ്രസിഡന്റിന്റെ ഗോൾഡ് മെഡലൊക്കെ ലഭിച്ചവരാണ്. അന്ന് വെങ്കിടേശ്വര സുപ്രഭാതം മുഴുവൻ പാടിയതോടെ അദ്ദേഹത്തിന്റെ ഭാര്യ എന്റെ കാലിൽ തൊട്ടുതൊഴുതു. ആറു പ്രോഗ്രാമുകളിൽ പങ്കെടു ക്കാനാണ് ഞങ്ങൾ അന്ന് ബാംഗ്ലൂരിലേക്ക് പോയത്. ഈ പരിപാടികൾ തീരുന്നതുവരെ ഗസ്റ്റ് ഹൗസിൽ താമസിക്കാൻ അദ്ദേഹം അനുവാദം നൽകി. പുറത്തെവിടെ പോകുന്നതിനും ഒരു വാഹനവും ഡ്രൈവറെയും വിട്ടുതന്നു. ഇതൊന്നും എനിക്ക് മറക്കാൻ കഴിയില്ല. സമൂഹത്തിന്റെ ആദരവും സ്നേഹവും എനിക്ക് നേടിത്തന്നത് സംഗീതമാണ്. സംഗീ തത്തെ സ്നേഹിക്കാത്ത മനുഷ്യർ ഈ ഭൂമിയിലുണ്ടോ? ഇല്ല. അതു കൊണ്ട് ഈ ഭൂമിയിലെ എല്ലാ മനുഷ്യരും എന്നെ സ്നേഹിക്കുന്നുണ്ട്. അവരുടെ സ്നേഹമാണ് എനിക്ക് മുന്നോട്ട് പോകാനുള്ള ശക്തിയും തേജസും നൽകുന്നത്.

സന്തോഷം നൽകിയ നിമിഷങ്ങൾ

ദക്ഷിണാമൂർത്തിസ്വാമികളിൽനിന്ന് അനുഗ്രഹം ലഭിച്ചത് ജീവിത ത്തിലെ സന്തോഷകരമായ ഒരനുഭവമായിരുന്നു. വൈക്കത്ത് അമ്പല ത്തിൽ വച്ചായിരുന്നു അത്. ഗായത്രിവീണയുടെ അരങ്ങേറ്റം വൈക്കം ക്ഷേത്രത്തിൽ വച്ചായിരുന്നു. അദ്ദേഹം അത് കേൾക്കാൻ അവിടെയു ണ്ടായിരുന്നു. ഈ ഉപകരണം എന്താണെന്നറിയാനായിരുന്നു അദ്ദേഹം അവിടെ എത്തിയത്.

ഹൃദയസരസ്സിലെ പ്രണയപുഷ്പമേ എന്ന ഗാനമായിരുന്നു ഗായ ത്രിവീണയിലൂടെ ഞാൻ വായിച്ചത്. ദക്ഷിണാമൂർത്തി സ്വാമികളുടെ "കാട്ടിലെ പാഴ്മുളം തണ്ടിൽനിന്നും" എന്ന ഗാനവും ഞാൻ ഗായത്രി വീണയിൽ വായിച്ചു. പാട്ടു കഴിഞ്ഞപ്പോൾ സ്വാമികൾ "ബെസ്റ്റ് കണ്ണാ... ബെസ്റ്റ്" എന്നു പറഞ്ഞ് എന്നെ അഭിനന്ദിക്കുകയും അനുഗ്രഹിക്കുകയും ചെയ്തു.

അദ്ദേഹത്തിന്റെ വേർപാടിൽ എനിക്ക് സങ്കടമുണ്ട്. ഞാൻ പല പ്പോഴും അദ്ദേഹത്തെ വിളിക്കാറുണ്ടായിരുന്നു. അദ്ദേഹത്തിന്റെ അനു ഗ്രഹം ലഭിച്ചത് ജീവിതത്തിലെ വലിയ പുണ്യമായി ഞാൻ കരുതുന്നു. സംഗീതലോകത്തെ ഒരത്ഭുതമായിരുന്നു അദ്ദേഹം. ഇനി ഇങ്ങനെയൊരു

പ്രതിഭ നമുക്കുണ്ടാവുമോ.

അതുപോലെ ശെമ്മാംങ്കുടിയുടെ അനുഗ്രഹവും എനിക്ക് ലഭിച്ചിട്ടുണ്ട്. അദ്ദേഹത്തിനുമുമ്പിൽ ഞാൻ പാടിയത് ജീവിതത്തിലെ സന്തോഷകരമായ ഒരനുഭവമായിരുന്നു. കോട്ടയത്തുവച്ചായിരുന്നു ആ സംഭവം. എനിക്കന്ന് ഏഴു വയസുമാത്രം പ്രായം. കോട്ടയം ജവാഹർ ബാലഭവനിൽ ഒരു കച്ചേരിക്കു വന്നതായിരുന്നു അദ്ദേഹം.

6

പാട്ടുപാടി... മഴ പെയ്തു..
പാട്ടുപാടി... മഴ പോയി..

സംഗീതജീവിതത്തിൽ വലിയ അത്ഭുതങ്ങൾ എനിക്കുണ്ടായിട്ടുണ്ട്. ദൈവം തന്ന ഈ സിദ്ധിയുടെ കഴിവിലുള്ള വിശ്വസമാകാം അത്തരത്തിലുള്ള അനുഭവത്തിലേക്ക് എന്നെ നയിച്ചത്.

1997 ൽ മാവേലിക്കര പൊന്നാരംതോട്ടം ശ്രീകൃഷ്ണസ്വാമി ക്ഷേത്രത്തിൽ കച്ചേരിക്കായി ഞാൻ പോയി. നല്ല വേനൽക്കാലമായിരുന്നു.

വൈക്കം വിജയലക്ഷ്മിയുടെ ജീവിതത്തിലെ വിവിധ നിമിഷങ്ങൾ

ഉച്ചയ്ക്ക് മൂന്നുമണിക്കായിരുന്നു പരിപാടി. നല്ലവെയിൽ. ഞാൻ അമൃത വർഷിണി രാഗമാണ് അവിടെ ആലപിച്ചത്.

“ആനന്ദാമൃതഹർഷിണി ഭവാനി
അമൃത വർഷിണി
ഹരാതി പൂജിതേ ശിവേ ഭവാനീ
ആനന്ദാ മൃത ഹർഷിണി
ആ..... ആ...... ആ.....”

രാഗം അതിന്റെ ഉച്ചസ്ഥായിയിലെത്തിയപ്പോൾ കാലാവസ്ഥ പെട്ടെന്ന് മാറാൻ തുടങ്ങി. ആകാശത്ത് കാർമേഘങ്ങൾ ഉരുണ്ടുകൂടി. പതുക്കെപ്പതുക്കെ മഴത്തുള്ളികൾ വീഴാൻ തുടങ്ങി. അത് വലിയൊരു മഴയായി മാറി. ഞാൻ അമൃത വർഷിണി രാഗം പാടിയതുകൊണ്ടാണ് മഴപെയ്തതെന്ന് ആളുകൾ പറഞ്ഞു. വരം കിട്ടിയ മകളാണ് നിങ്ങളുടേതെന്ന് അവർ അച്ഛനോട് പറയുന്നത് ഞാൻ കേട്ടു. സംഗീതത്തിനുമുമ്പിൽ പ്രകൃതി സ്നേഹാർദ്രമാകുന്ന അവസ്ഥ ഞാനങ്ങനെ നേരിട്ടനുഭവിക്കുകയായിരുന്നു.

മറ്റൊരിക്കൽ ഒരു പരിപാടിക്കിടയിൽ അന്തരീക്ഷം കാർമേഘാവൃതമായി. എനിക്കിതൊന്നും കാണാൻ കഴിയില്ലല്ലോ. പക്ഷേ, ആകാശത്ത് ഇടിമുഴങ്ങുന്നതും മറ്റും കേൾക്കാം. അന്തരീക്ഷത്തിന്റെ നേരിയ സ്പന്ദനങ്ങൾ അതിന്റെ ചില സൂക്ഷ്മ ശബ്ദങ്ങളിലൂടെയും മറ്റും മനസിലാക്കാൻ ശ്രമിക്കാറുണ്ട്. പക്ഷേ, കണ്ണുള്ളവരെപ്പോലെ പ്രകൃതിയുടെ ഭാവമാറ്റങ്ങൾ അതിന്റെ ശരിയായ അർഥത്തിൽ ഞാനെങ്ങനെ അറിയാനാണ്. പക്ഷേ, അതുകൊണ്ടാവാം എന്റെ സംഗീതത്തെ പ്രകൃതി അനുസരിക്കുന്നത്. ഞാൻ ഈ ഭൂമിയിലെ ഒന്നും മലിനപ്പെടുത്തിയിട്ടില്ലല്ലോ. എന്റെ സംഗീതം എന്റെ പ്രകൃതിക്ക് പ്രിയപ്പെട്ടതാവുന്നത് അതുകൊണ്ടാണെന്ന് ഞാൻ വിശ്വസിക്കുന്നു.

കച്ചേരി പാടിക്കൊണ്ടിരിക്കേ ഇപ്പോൾ മഴ പെയ്യുന്ന അവസ്ഥയിലാണ്. പലരും ദീപക് രാഗം പാടാൻ എന്നോട് ആവശ്യപ്പെട്ടു. ഞാൻ മനസുനൊന്ത് പ്രകൃതിയെ ധ്യാനിച്ചുകൊണ്ട് ദീപക് രാഗം പാടി. അത്ഭുതമെന്നു പറയട്ടെ, ഇപ്പോൾ പെയ്യുമെന്ന് കരുതിയിരുന്ന മഴക്കാർ എങ്ങോ പോയ് മറഞ്ഞു. ഒരു തുള്ളിപോലും അവിടെ പെയ്തില്ല.

ഇത്തരം അനുഭവങ്ങൾ തരുന്ന ഒരാത്മ വിശ്വാസമുണ്ടല്ലോ അത് പറഞ്ഞറിയിക്കാൻ കഴിയില്ല. ‘ഈ പ്രകൃതിയോടുള്ള വിശ്വാസം ഈശ്വരനിലുള്ള വിശ്വാസം’ അതാണ് സംഗീതത്തിൽ എനിക്ക് വെളിച്ചം പകരുന്നത്. ആ വെളിച്ചമുള്ളിടത്തോളം ഞാൻ സംഗീതത്തിൽത്തന്നെ ജീവിക്കും.

7

മലയാളത്തിന്റെ അമ്മ തന്ന മോതിരം

സംഗീത സംവിധായകരിൽ ദേവരാജൻ മാസ്റ്റർ, ദക്ഷിണാമൂർത്തി എന്നിവരെയാണ് ഇഷ്ടം. ഇപ്പോൾ ഉള്ളവരിൽ ഏറ്റവും ഇഷ്ടം എം ജയചന്ദ്രൻ സാറിനെയാണ്. എന്നു കരുതി മറ്റ് സംഗീത സംവിധായകരെയൊന്നും ഇഷ്ടമില്ല എന്നർഥമില്ല. ഇന്നുള്ള എല്ലാ സംഗീതസംവിധായകരും വലിയ പ്രതിഭാശാലികളാണ്. അതുകൊണ്ടാണല്ലോ അവർക്ക് ഈ രംഗത്ത് നിൽക്കാനാവുന്നത്. ഞാൻ അവരെയൊക്കെ ബഹുമാനിക്കുകയും സ്നേഹിക്കുകയും ചെയ്യുന്നു. രമേശ് നാരായണൻ സാറിനെയും പരിചയമുണ്ട്. അദ്ദേഹവുമായി സംസാരിച്ചിട്ടുണ്ട്.

പാടുമ്പോൾ ആനന്ദാനുഭൂതിയാണ് എനിക്കുണ്ടാവുന്നത്. പറഞ്ഞറിയിക്കാനാവാത്ത ഒരു ഊർജം അപ്പോൾ ലഭിക്കും. ഓരോതരം പാട്ടുകൾ പാടുമ്പോഴും ഓരോ അനുഭൂതികൾ തന്നെയാണ് ഉണ്ടാവുന്നത്. ദുഃഖ ഗാനങ്ങൾ പാടുമ്പോൾ ഉള്ളിൽ ദുഃഖം വന്നു നിറയും. ശോകച്ഛായയുള്ള പാട്ടുകളോട് എനിക്ക് പണ്ടേ ഒരിഷ്ടമുണ്ട്.

ഒരിക്കൽ സീരിയലിന് മുന്നിലിരിക്കുമ്പോൾ ശുഭ പന്തുവരാളി രാഗം ക്ലാർനെറ്റിൽ കേട്ടപ്പോൾ എനിക്ക് കരച്ചിൽ വന്നു. അത് ശോക രാഗമാണല്ലോ. *ഭരതം* എന്ന സിനിമയിലെ രാമകഥാ ഗാനലയം....എന്ന പാട്ട് ഈ രാഗത്തിലുള്ളത്.

രൂപക താളത്തിലെ ശ്രീ സത്യനാരായണം എനിക്ക് ഇഷ്ടമാണ്. ഇത് മുത്തുസ്വാമി ദീക്ഷിതർ കൃതിയാണ്.

"ശ്രീ സത്യനാരായണം
ഉപാസ്മഹേ നിത്യം
സത്യജ്ഞാനാനന്ദമയം
സർവം വിഷ്ണുമയം"

ഇതാണ് *ശ്രീസത്യനാരായണം* എന്ന കൃതിയിലെ പല്ലവി.

പാലക്കാട്ടുള്ള എന്റെ കൂട്ടുകാരി ചിത്രച്ചേച്ചി സംഗീതത്തെക്കുറിച്ച് നല്ല അറിവുള്ളയാളാണ്. ചേച്ചി എനിക്ക് സംഗീതത്തിന്റെ കുറെ കാര്യങ്ങൾ പറഞ്ഞുതരാറുണ്ട്.

വിദ്യാധരൻ മാസ്റ്ററുടെ ഒരാൽബത്തിൽ ഞാനൊരു പാട്ടുപാടിയിട്ടുണ്ട്.

"മാരിവില്ലിന്റെ പന്തലൊരുങ്ങുന്നു
പൂവണിമാസം പൂത്താലമേന്തുന്നു"

ഓണത്തെക്കുറിച്ചുള്ള പാട്ടാണത്. ഈ ആൽബത്തിൽ സോളോ ഉണ്ട്. അത് ഞാൻ പാടാനിരുന്നതാണ്. പക്ഷേ, ശബ്ദം അടഞ്ഞിരുന്നതിനാൽ അതെനിക്ക് പാടാൻ കഴിഞ്ഞില്ല. അത് പാലക്കാടുള്ള ചിത്രച്ചേച്ചിയാണ് പാടിയത്.

"എള്ളോളം ഞാനറിഞ്ഞില്ലല്ലോ
എന്റെ പൊള്ളുന്ന സ്നേഹ നിലാവിനെ"

ഇങ്ങനെയൊരു പാട്ടാണ് അവർ പാടിയത്. ഏങ്ങണ്ടിയൂർ ചന്ദ്രശേഖരനാണ് ഈ പാട്ടുകൾ എഴുതിയത്.

തൃശൂർ ഒരു പരിപാടിയിൽ "അമ്പലമില്ലാതെ" എന്ന ഗാനം ഗായത്രിവീണയിൽ വായിച്ചു. വിദ്യാധരൻ മാഷിന്റെ,

"കൽപ്പാന്തകാലത്തോളം
കാതരേ നീയെൻ മുമ്പിൽ കൽഹാരഹാരവുമായി വന്നു"

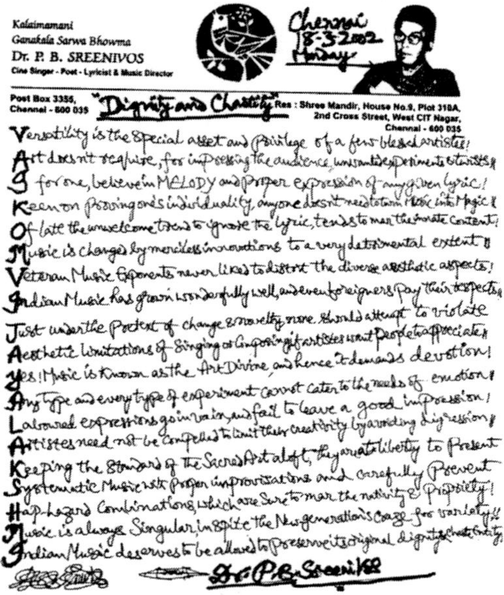

☎ : 435 8886
Pager : 9628 456 288

Kalaimamani
Ganakala Sarwa Bhowma
Dr. P. B. SREENIVOS
Cine Singer - Poet - Lyricist & Music Director

Chennai
18-3-2002
Monday

Post Box 3355,
Chennai - 600 035

"Dignity and Chastity"

Res : Shree Mandir, House No.9, Plot 318A,
2nd Cross Street, West CIT Nagar,
Chennai - 600 035

Versatility is the special asset and privilege of a few blessed artistes!
Art doesn't require, for impressing the audience, unwanted experiments & twists!
I, for one, believe in MELODY and proper expression of any given lyric!
Keen on proving one's individuality, anyone doesn't need to turn Music into Magic!
Of late the unwelcome trend to ignore the lyric, tends to mar the innate content!
Music is changed by merciless innovations to a very detrimental extent!
Veteran Music Exponents never liked to distort the diverse aesthetic aspects!
Indian Music has grown wonderfully well, and even foreigners pay their respects!
Just under the pretext of change & novelty, none should attempt to violate
Aesthetic limitations of singing or composing if artistes want people to appreciate!
Yes! Music is known as the Art Divine, and hence it demands devotion!
Any type and every type of experiment cannot cater to the needs of emotion!
Laboured expressions go in vain, and fail to leave a good impression!
Artistes need not be compelled to limit their creativity by avoiding digression!
Keeping the standard of the Sacred Art aloft, they are at liberty to present
Systematic Music with proper improvisations and carefully prevent
Hap-hazard combinations, which are sure to mar the nativity & propriety!
Music is always singular, inspite the New generation's craze for variety!!
Indian Music deserves to be allowed to preserve its original dignity & chastity!

Dr. P. B. Sreenivos

എന്ന ഗാനവും ഞാൻ അവിടെ വായിച്ചു. ഈ പാട്ടുകേട്ടിട്ട് വിദ്യാധരൻ മാഷ് പറഞ്ഞു: "ആ പാട്ടിന്റെ പരിപ്പെടുത്തല്ലോ" എന്ന്.

നാദസ്വരകച്ചേരിക്ക് വൈക്കം ഷാജിച്ചേട്ടന്റെ കൂടെ തകിലു വായിച്ചിട്ടുണ്ട്. ചേർത്തലയിൽ നടന്ന ഒരു പരിപാടിയിൽ മൃദംഗവും വായിച്ചിട്ടുണ്ട്. തബലയും ഒരു കൈ നോക്കീട്ടുണ്ട്.

ശാസ്ത്രീയ സംഗീതം പഠിച്ചാൽ ഭാവി പോകുമെന്നാണ് പലരും കരുതുന്നത്. എന്നാൽ എന്റെ അനു

ഭവം അങ്ങനെയല്ല. ഞാൻ എന്റെ വീട്ടിൽ ഇരുപത്തെട്ടോളം കുട്ടികളെ സംഗീതം പഠിപ്പിച്ചിരുന്നു. പലർക്കും എളുപ്പത്തിൽ പാട്ടുകാരാവാനാണ് ആഗ്രഹം. സംഗീതത്തിൽ കുറുക്കുവഴികളില്ല. പിന്നെ പലരും ചോദിക്കാറുണ്ട് സ്കൂളിൽ പഠിച്ചുകൊണ്ടിരിക്കുമ്പോൾ വെറുതെ എന്തിനാണ് സംഗീതമൊക്കെ പഠിപ്പിക്കാൻ കുട്ടികളെ വിടുന്നതെന്ന്. എന്നാൽ ഒരു കാര്യം സത്യമാണ്, ചെറുപ്പത്തിലേ ശാസ്ത്രീയ സംഗീതം പഠിക്കുന്ന കുട്ടികൾക്ക് അപാരമായ മെമ്മറി പവർ കിട്ടും. അത്തരം കുട്ടികൾ പഠനത്തിലും ഒന്നാമതായിരിക്കും.

എന്റെ സംഗീതജീവിതം തന്നെ അതിന് ഉദാഹരണമാണ്. സംഗീതലോകത്തെയും മറ്റ് കലാ മേഖലയിലെയും ഒരു പാടുപേർ എന്നെ ഇഷ്ടപ്പെടുന്നു. അവരുടെ പേരുകൾ കേരളത്തിലെന്നല്ല ലോകത്തുള്ള എല്ലാ മലയാളികൾക്കുമറിയാം.

ഉഷാദീദി (ഉഷാ ഉതുപ്പ്), കെ പി എ സി ലളിത, ജയസൂര്യ എന്നിവർ എന്റെ പാട്ടുകേട്ട് അഭിനന്ദിച്ചിട്ടുണ്ട്. കവിയൂർ പൊന്നമ്മ എന്ന മലയാളത്തിന്റെ അമ്മ എന്റെ പാട്ടുകേട്ടിട്ട് ഒരു മോതിരം സമ്മാനമായി നൽകി. ആ മോതിരം എനിക്ക് കൈവിരലിൽ വലുതായതുകൊണ്ട് അത് കൊടുത്തിട്ട് വേറൊരെണ്ണം വാങ്ങി.

സിദ്ദീഖ് ലാൽ, ലാൽ ജോസ്, മുകേഷ് എന്നിവരെല്ലാം അഭിനന്ദിച്ചിട്ടുണ്ട്. ദുബായിൽ നടന്ന ഒരു പരിപാടിയിൽവച്ച് എസ് ജാനകി പാടിയ

"സ്വർണ്ണമുകിലേ സ്വർണ്ണ മുകിലേ
സ്വപ്നം കാണാറുണ്ടോ
നീയും സ്വപ്നം കാണാറുണ്ടോ"

എന്ന പാട്ട് ഗായത്രിവീണയിൽ വായിച്ചപ്പോള് നിലയ്ക്കാത്ത കൈയടിയും പ്രോത്സാഹനവുമാണ് ലഭിച്ചത്.

ഇതൊക്കെ ഞാൻ പറയുന്നത് സംഗീതം പഠിച്ചാൽ ഒരു കാര്യവുമില്ലെന്ന് പറയുന്നവർക്കുള്ള മറുപടിയായാണ്. പിന്നെ ഈശ്വരാധീനവും ഗുരുത്വവും പ്രധാനമാണ്. ഏതു കലയിലും ഉയർന്നു വരണമെങ്കിൽ അത് വേണമല്ലോ.

ജന്മനാ കാഴ്ചയില്ലാത്ത എന്നെ സംഗീതം പഠിപ്പിച്ച് ജീവിതം തുലയ്ക്കരുതെന്ന് പലരും അച്ഛനെ ഉപദേശിച്ചു. മോളെ വല്ല ബ്ലൈൻഡ് സ്കു

ളിലും ചേർത്ത് പഠിപ്പിക്കാൻ നോക്ക് എന്നാണവർ പറഞ്ഞത്. പക്ഷേ, അച്ഛനും അമ്മയ്ക്കും എന്നിൽ ആത്മവിശ്വാസമുണ്ടായിരുന്നു.

കഴിവുള്ള കുട്ടിയാണെന്ന് പറഞ്ഞിട്ടൊന്നും കാര്യമില്ല. ആ കഴിവ് വളർത്തണമെങ്കിൽ നമ്മൾ കഠിനാധ്വാനം ചെയ്യണം. അത് സംഗീതത്തിന്റെ കാര്യത്തിൽ മാത്രമല്ല, നൃത്തം, അഭിനയം അങ്ങനെ എന്തുമാകട്ടെ, കഠിനാധ്വാനമില്ലാതെ വിജയിച്ചവർ ആരെങ്കിലുമുണ്ടോ. നാം അതിൽ തന്നെ ശ്രദ്ധകേന്ദ്രീകരിക്കണം. മെഡിസിനോ എഞ്ചിനീയറിങ്ങിനോ പഠിക്കുന്നതിനിടയിൽ സംഗീതവും പഠിക്കാം എന്നു കരുതുന്നവർക്ക് സംഗീതത്തിൽ വിജയിക്കാൻ കഴിയുമെന്ന് തോന്നുന്നില്ല.

കലയുടെ വഴിയേ പോകുമ്പോൾ നമ്മളെ അതിൽനിന്ന് വിലക്കാൻ ഒരുപാട് പേർ വരും. എന്നാൽ അതിൽനിന്ന് നമുക്കൊരു അംഗീകാരം കിട്ടുമ്പോൾ നമ്മളെ പ്രോത്സാഹിപ്പിക്കാനും ഇവർ മുൻപന്തിയിലുണ്ടാവും.

8

ഗായത്രിവീണ

കച്ചേരികൾ കൂടാതെ നിരവധി വേദികളിൽ ഗായത്രിവീണ അവതരിപ്പിക്കാറുണ്ട്. ഗായത്രിവീണയുടെ പ്രത്യേകത അതിന് ഒറ്റക്കമ്പി മാത്രമേ ഉള്ളൂ എന്നതാണ്. ഇത് ലോകത്ത് മറ്റാരെങ്കിലും വായിക്കുന്നതായി അറിയില്ല. സംഗീതജ്ഞന്മാർ ഗായത്രിവീണയെ അംഗീകരിക്കുന്നില്ല. ഒറ്റക്കമ്പിയിൽ വായിക്കാൻ കഴിയില്ലെന്നാണ് അവരുടെ അഭിപ്രായം. എന്നാൽ ഞാനത് വായിച്ച് കേൾക്കുമ്പോൾ അവർക്കത് അത്ഭുതമാണ്. ലോകത്ത് ആദ്യമായാണ് ഇങ്ങനെ ഒരു സംഗീതോപകരണം.

വിജയലക്ഷ്മി ഗായത്രി വീണ വായിക്കുന്നു

ഗായത്രി വീണ

ഗായത്രിവീണയിൽ സിനിമാഗാനം, ഭക്തിഗാനം, ശാസ്ത്രീയ സംഗീതം അങ്ങനെ എന്തും വായിക്കാം. ഗായത്രിവീണ നിർമിച്ചത് അച്ഛനാണ്. എന്റെ ഒരു സഹോദരൻ ഒരിക്കൽ വീട്ടിൽ വന്നപ്പോൾ ചൂലിൽ ഉപയോഗിക്കുന്ന പ്ലാസ്റ്റിക്കിന്റെ പിടിയും മറ്റ് ചില ഉപകരണങ്ങളും കൊണ്ട് ഒരു സംഗീതോപകരണമുണ്ടാക്കി. അതിൽനിന്ന് കേട്ട സംഗീതം എനിക്ക് ഇഷ്ടപ്പെട്ടു. ഞാനത് വാങ്ങി വായിച്ചുനോക്കി. കുറച്ചുവായിച്ചു കഴിഞ്ഞപ്പോൾ അച്ഛനോട് ഒരു സ്പൂൺ കൊണ്ടുവരാൻ ആവശ്യപ്പെട്ടു. അതുപയോഗിച്ച് കുറെ പാട്ടുകൾ വായിച്ചു. ഇതൊരു യാദൃച്ഛികമായ അനുഭവമായിരുന്നു.

1997 ലെ സംസ്ഥാന സ്കൂൾ യുവജനോത്സവത്തിൽ ശാസ്ത്രീയ സംഗീതത്തിന് എനിക്ക് ഒന്നാം സമ്മാനം കിട്ടിയപ്പോൾ കുമ്മനം ശശികുമാർ സാർ ഒരു ഗായത്രി തംബുരു സമ്മാനമായി നൽകി. അദ്ദേഹംതന്നെയാണ് അത് നിർമിച്ചത്. മൂന്നു മൂന്നര അടി പൊക്കം വരുന്ന ചെറിയ തംബുരുവായിരുന്നു അത്.

സമ്മാനം ലഭിച്ച ആൺകുട്ടികളുടെയും പെൺകുട്ടികളുടെയും പേരുകൾ നറുക്കിട്ടെടുത്താണ് ഈ സമ്മാനം അദ്ദേഹം കൊടുത്തിരുന്നത്. ഈ തംബുരു അച്ഛൻ ഇലക്ട്രിഫൈ ചെയ്തു. അതിനെ ഒറ്റക്കമ്പിയുള്ള വീണയാക്കി. ഇതാണ് കുറേക്കാലം വായിച്ചുകൊണ്ടിരുന്നത്. അതിന്റെ ഉള്ള് പൊള്ളയായിരുന്നതിനാൽ കടകടാന്ന് ശബ്ദം ഉണ്ടാകുമായിരുന്നു. അത് മാറ്റാൻവേണ്ടി അച്ഛൻ പുതിയൊരു വീണയുണ്ടാക്കി. മലേഷ്യൻ

പ്ലാവിന്റെ പലകയിലാണ് അച്ഛനത് നിർമിച്ചത്. ഇലക്ട്രിക് ഗിത്താറിന്റെ സെക്കൻഡ് സ്ട്രിങ്, പിക് അപ് എന്നിവ ഉപയോഗിച്ചാണ് അച്ഛൻ അത് നിർമിച്ചത്. സംഗീതത്തിന്റെ മൂന്നു സ്ഥായികളും (മധ്യ, മേൽ, കീഴ്) ഒരേ തന്ത്രിയിൽ വായിക്കാൻ കഴിയുന്ന രീതിയാലാണ് ഇത് നിർമിച്ചിരിക്കുന്നത്. അതാണ് ഇപ്പോൾ കച്ചേരികൾക്ക് ഉപയോഗിക്കുന്നത്.

ഇത് ഉപയോഗിക്കാൻ പ്രത്യേക പരിശീലനമൊന്നും നേടിയില്ല. വായിൽക്കൂടി പാടുന്ന എന്തും ഗായത്രിവീണയിലൂടെ വായിക്കാലോ.

വീണയ്ക്ക് ദക്ഷിണ സമർപ്പിച്ചത് കുന്നക്കുടി വൈദ്യനാഥ ഭാഗവതർക്കാണ്. അദ്ദേഹം ഇൻസ്ട്രമെന്റ്സ് ചക്രവർത്തിയാണല്ലോ. അദ്ദേഹം ചെന്നൈയിലാണ് താമസിക്കുന്നത്. ഞങ്ങൾ അവിടെ പോയി ഗായത്രിവീണ കാണിച്ചപ്പോൾ അദ്ദേഹം അത്ഭുതപ്പെട്ടു. ഇങ്ങനെ ഒരു സംഗീതോപകരണം കണ്ടിട്ടേയില്ലല്ലോ എന്നുപറഞ്ഞു. പിന്നെ എങ്ങനെയാണ് ഞാനിതിന് ദക്ഷിണ വാങ്ങുന്നതെന്ന് അദ്ദേഹം ചോദിച്ചു.

അങ്ങനെയൊക്കെ പറഞ്ഞെങ്കിലും എന്റെ ആഗ്രഹം അദ്ദേഹം സാധിച്ചുതന്നു. ഞാൻ അങ്ങനെ അദ്ദേഹത്തിന് ദക്ഷിണ കൊടുത്തു. വൈദ്യനാഥ ഭാഗവതരാണ് എന്റെ ഈ സംഗീതോപകരണത്തിന് ഗായത്രിവീണയെന്ന പേര് നൽകുന്നത്.

9

ഒരത്ഭുതം സംഭവിക്കാൻ പോകുന്നു

സെല്ലുലോയ്ഡിലെ 'കാറ്റേ കാറ്റേ' എന്ന പാട്ട് എന്റെ ജീവിതത്തിലെ വലിയൊരു വഴിത്തിരിവായിരുന്നു. എട്ടുമിനിട്ട് കൊണ്ടാണ് ഞാൻ ഈ പാട്ടു പഠിച്ചത്. ഇരുപത് മിനിറ്റാണ് റെക്കോഡിങ്ങിനായി എടുത്തിട്ടുള്ളത്. എറണാകുളം പാലാരിവട്ടം മെഗാമീഡിയയിൽ വച്ചായിരുന്നു റെക്കോഡിങ്.

പാടുന്നതിന് മുമ്പ് സിനിമയിലെ ഈ ഗാനത്തിന്റെ സിറ്റ്വേഷൻ ജയചന്ദ്രൻ സാർ എന്നോട് പറഞ്ഞു തന്നിരുന്നു. സിനിമ പ്രിവ്യൂ കാണിച്ചത് എറണാകുളത്തായിരുന്നു. അമ്മ അരികിൽ ഇരുന്ന് ഓരോ ദൃശ്യത്തെക്കുറിച്ചും വിശദീകരിച്ചുതരുമായിരുന്നു. കമൽ സാർ പ്രിവ്യൂ കാണാൻ തലേ ദിവസം തന്നെ വിളിച്ചു പറഞ്ഞിരുന്നു.

ഞാൻ ആദ്യമായി സിനിമയ്ക്കുവേണ്ടി പാടിയ പാട്ട് തിയേറ്ററിലിരുന്നു കേട്ടപ്പോൾ എനിക്കുണ്ടായ സന്തോഷത്തിന് അതിരുണ്ടായിരുന്നില്ല. എനിക്ക് കാണാൻ കഴിയില്ലെങ്കിലും എല്ലാം ഞാൻ മനക്കണ്ണിൽ കണ്ടു.

ഈ പാട്ടിന് ഒരു ബഹുമതി കിട്ടുമെന്ന് ഞാൻ സ്വപ്നത്തിൽപ്പോലും വിചാരിച്ചിരുന്നില്ല. പക്ഷേ, ദൈവാനുഗ്രഹംകൊണ്ട് അതുണ്ടായി.

സിനിമയിൽ ജെ സി ഡാനിയേലിന്റെയും കുടുംബത്തിന്റെയും പലായനസമയത്താണ് സിനിമയിൽ ഈ പാട്ട് വരുന്നത്. ജീവിതത്തിൽ അഭയാർഥികളായി പോവുകയാണ് അവർ. അതിന്റെ ഫീലിങ് ഉൾക്കൊണ്ട് പാടാൻ എനിക്ക് കഴിഞ്ഞിട്ടുണ്ട്. ആകാശവാണിയിലെ ശ്രീറാം ആണ് എനിക്കൊപ്പം പാടിയത്. അദ്ദേഹം പാടാനുള്ള നല്ല പിന്തുണ തന്നു.

എം എസ് സുബ്ബലക്ഷ്മിയമ്മയുടെയും പി ലീലമ്മയുടെയും ശബ്ദവുമായുള്ള സാമ്യമാണ് ഈ പാട്ടുപാടാനുള്ള അവസരം എനിക്ക് ഒരുക്കിത്തന്നത്.

എം ജയചന്ദ്രൻ

സിനിമയിൽ പാടാൻ കഴിയുമെന്ന് ഒരിക്കലും പ്രതീക്ഷിച്ചിരുന്നില്ല. ജയചന്ദ്രൻസാറിനെ പരിചയപ്പെട്ടത് അതിനുള്ള ഒരു നിയോഗമാണ്. ദീർഘകാലം അദ്ദേഹവുമായി എനിക്ക് പരിചയമുണ്ട്. 'ആത്മീയ യാത്ര' എന്ന പരിപാടിയിൽ അമൃത വർഷിണി രാഗത്തിൽ ഞാൻ പാടുന്നത് അദ്ദേഹം കേട്ടിട്ടുണ്ടായിരുന്നു. 2005 ൽ ആർട്ട് ഓഫ് ലിവിങ്ങിന്റെ ഒരു പരിപാടിയിൽ വീണ വായിക്കാൻ വൈക്കത്തെ സ്റ്റുഡിയോയിൽ എത്തിയപ്പോഴാണ് ജയചന്ദ്രൻ സാറിനെ പരിചയപ്പെടുന്നത്. പിന്നീട് ഇടയ്ക്കിടെ ഫോണിൽ വിളിക്കുമായിരുന്നു. അപ്പോഴൊക്കെ കീർത്തനങ്ങളും ഗാനങ്ങളുമെല്ലാം ഫോണിലൂടെ അദ്ദേഹം വിശദീകരിച്ചുതരും. ഇന്നും അദ്ദേഹം എന്നെ ഫോണിലൂടെ സംഗീതം പഠിപ്പിക്കുന്നു. ഇതിനുമുമ്പ് ആറ്റുകാലമ്മയുടെ ഒരു ഗാനം പാടാൻ ഒരവസരം അദ്ദേഹം എനിക്ക് തന്നു. ഐഡിയ സ്റ്റാർ സിംഗറിൽ ഗായത്രിവീണ അവതരിപ്പിക്കാൻ അവസരം ഉണ്ടാക്കിത്തന്നതും ജയചന്ദ്രൻ സാറായിരുന്നു. അവിടെ ജോൺസൺ മാസ്റ്റർ ഈണം നൽകിയ 'ദേവാങ്കണങ്ങൾ കൈയ്യൊഴിഞ്ഞ താരകം' എന്ന പാട്ട് ഗായത്രിവീണയിൽ വായിച്ചപ്പോൾ എം ജി ശ്രീകുമാറും അവിടെ കേൾക്കാനെത്തിയവരും എന്നെ അഭിനന്ദിച്ചു.

ജയചന്ദ്രൻസാർ എനിക്ക് പോസിറ്റീവ് എനർജി നൽകുന്നു. അദ്ദേഹം എന്റെ ശബ്ദമൊക്കെ അനുകരിക്കും. എന്നോട് ഒരുപാട് തമാശകൾ പറയും.

*സെല്ലുലോയ്ഡി*ലേക്ക് എന്നെ പാടാൻ വിളിക്കുന്നത് അപ്രതീക്ഷിതമായിരുന്നു. ഒരു ദിവസം ജയചന്ദ്രൻസാർ എന്നെവിളിക്കുന്നു. അദ്ദേഹം

എന്നോട് പറഞ്ഞു:

"വിജയലക്ഷ്മീ ഒരത്ഭുതം സംഭവിക്കാൻ പോകുന്നു."

എന്താണെന്ന് എനിക്ക് മനസ്സിലായില്ല. "എന്താണ് സാർ അത്ഭുതം" ഞാൻ ചോദിച്ചു.

"അതെന്താണെന്ന് വിജയലക്ഷ്മി പറ."

അപ്പോൾ ഞാൻ പറഞ്ഞു: "സാറ് കുടുംബത്തോടെ എന്റെ വീട്ടിലേക്ക് വരുന്നു."

"അതൊന്നുമല്ല."

"എന്നാൽ സാറുതന്നെ പറ."

"വിജയലക്ഷ്മി എനിക്കുവേണ്ടി ഒരു പാട്ട് പാടാൻ പോകുന്നു, സിനിമയിൽ."

"അയ്യോ ഞാനോ? സിനിമയിലോ?"

"അതെ."

"ഞാനിപ്പം സുഖമില്ലാതെ ഹോസ്പിറ്റലിലാണ് സാറേ."

"എന്തുപറ്റി?"

"ചുമയാണ്."

"ചുമയൊക്കെ അങ്ങ് മാറും."

അദ്ദേഹം തന്ന ഈ ധൈര്യമാണ് എന്നെ ആ ഗാനം പാടുന്നതിലേക്ക് എത്തിച്ചത്.

ഞാൻ ഇതുവരെ കടന്നു വന്ന സംഗീത വഴികളെക്കുറിച്ച് ഒരു നിമിഷം ഓർത്തുപോയി. സന്തോഷംകൊണ്ട് എന്റെ കണ്ണു നിറഞ്ഞു. ജീവിതത്തിൽ ഇങ്ങനെയൊരവസരം കിട്ടുമെന്ന് ഞാൻ ഒരിക്കലും വിചാരിച്ചിരുന്നതല്ലല്ലോ. ഈ പാട്ടുപാടിയതുകൊണ്ടല്ലേ നിങ്ങളൊക്കെ അറിയുന്ന ഒരു വിജയലക്ഷ്മിയായി എനിക്ക് എന്റെ സംഗീത ജീവിതം നയിക്കാൻ കഴിയുന്നത്.

ഞാനറിയാത്ത ഒരുപാടുപേരുടെ സ്നേഹവും പ്രാർഥനയും എനിക്ക് ലഭിച്ചു എന്നതാണ് ഈ പാട്ടിലൂടെ ലഭിച്ച ഏറ്റവും വലിയ നേട്ടം. ലോകത്തുള്ള എല്ലാ മലയാളികളും എന്നെ ഒരു കൂടപ്പിറപ്പിനെപ്പോലെ സ്നേഹിക്കുന്നുണ്ടല്ലോ. അതിൽപ്പരം ഒരു കലാകാരിക്ക് എന്താണ് വേണ്ടത്.

എം എസ് സുബ്ബലക്ഷ്മിയമ്മ പാടിയ "കാറ്റിനിലെ വരും ഗീതം" എന്ന പാട്ടുപോലെയാണ് ഈ പാട്ടുപാടേണ്ടതെന്ന് ജയചന്ദ്രൻ സാർ പറഞ്ഞു. അതായത്, ഒരു നിയന്ത്രണവുമില്ലാതെ വളരെ ഓപ്പണായിട്ട് പാടണം. ഐഡിയ സ്റ്റാർ സിംഗർ ഫെയിം നിഖിലാണ് എനിക്ക് വരികൾ പറഞ്ഞുതന്നത്. ആദ്യം പാടിയപ്പോൾ ഒരു ചുമ വന്നു. പക്ഷേ, രണ്ടാമത്തെ പ്രാവശ്യം ശരിയായി. റഫീക് അഹമ്മദാണ് ഈ ഗാനം രചിച്ചത്.

ഇതേ ഗാനംതന്നെ തമിഴിൽ പളനി ഭാരതി സാർ എഴുതി ജയചന്ദ്രൻ സാർ സംഗീതം നൽകി. 'കാറ്റ്റേ... കാറ്റ്റേ.... നീ മൂങ്കിൽ തുളകളിൽ ഗീതം ഇശൈപ്പതതെന്നാ...' എന്നു തുടങ്ങുന്ന ഗാനം ഞാനും ശ്രീറാം ചേട്ടനുമാണ് പാടിയത്. തമിഴിൽ ഈ ചിത്രത്തിന്റെ പേര് *ജെ*

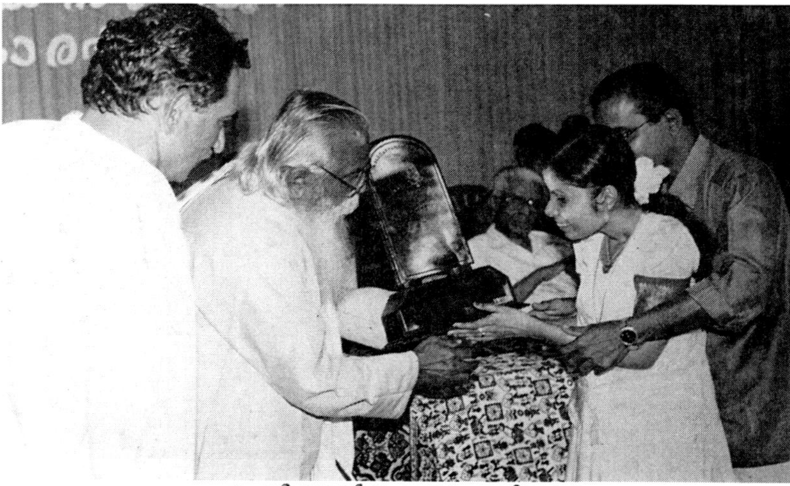

എം വി ദേവൻ ഉപഹാരം നൽകുന്നു

സി ഡാനിയേൽ എന്നാണ്.

ഈ പാട്ടാണ് എന്റെ ജീവിതത്തിൽ വലിയമാറ്റങ്ങൾ കൊണ്ടുവന്നത്. ഒരുപക്ഷേ, ഈ പാട്ടാവും ഞാൻ ജീവിതത്തിൽ ഏറ്റവും കൂടുതൽ ഇഷ്ടപ്പെടുക. ഞാനത് പാടിയതുകൊണ്ട് മാത്രമല്ല, മലയാള സിനിമയുടെ പിതാവായ ജെ സി ഡാനിയേലിനെക്കുറിച്ചുള്ള കമൽ സാറിന്റെ ഈ സിനിമ ഒരു ചരിത്രമായി മാറും. അപ്പോൾ ആ ചരിത്രത്തോടൊപ്പം എന്റെ പാട്ടും നിലനിൽക്കുമല്ലോ എന്ന സന്തോഷം. അത് ഓർക്കുമ്പോൾ മനസുനിറയുന്നു.

10

അപൂർവ രാഗങ്ങൾ

സിനിമയിലും കച്ചേരിയിലുമൊക്കെ പാടിയതുകൊണ്ട് എനിക്ക് പ്രശസ്തിയുണ്ടായി. അപ്പോഴും ഞാൻ ഉള്ളിൽ കരയുകയായിരുന്നു. കാഴ്ചയുടെ വലിയ ലോകത്തിന്റെ വാതിലുകൾ എനിക്കുമുമ്പിൽ കൊട്ടിയടയ്ക്കപ്പെട്ടുകിടക്കുകയാണ്. പിന്നെ വിവാഹജീവിതം എന്റെ ഒരു സ്വപ്നമാണ്. എന്റെ ജീവിത പങ്കാളി സംഗീതത്തെക്കുറിച്ച് അറിവുള്ളയാളാകണമെന്ന് എനിക്ക് നിർബന്ധമുണ്ട്. അതുപോലെ എന്റെ ഈ പരിമിതികളൊക്കെ നന്നായി തിരിച്ചറിയാൻ കഴിവുള്ളയാളായിരിക്കണം.

എന്നെപ്പോലൊരാൾക്ക് പെട്ടെന്ന് വിവാഹമൊന്നും നടക്കില്ലെന്നെനിക്കറിയാം. വിവാഹത്തിന് താൽപ്പര്യപ്പെട്ട് പലരും വരുമായിരുന്നു. പക്ഷേ, അവരിലൊന്നും വലിയ ആത്മാർഥതയില്ലായിരുന്നു. ജീവിതകാലം മുഴുവൻ നിലനിൽക്കേണ്ട ഒന്നല്ലേ വിവാഹം. പത്ര

ത്തിൽ പരസ്യംകൊടുത്തിരുന്നു. പരസ്യംകണ്ട് പലരും ആലോചനകളുമായി വന്നു. ഭാഗ്യംകൊണ്ടാണ് ചതിയിൽപ്പെടാതെ രക്ഷപ്പെട്ടത്.

ഒരാൾ എന്നെ മനസിലാക്കി വിവാഹം കഴിക്കാൻ വന്നതാണ്. അദ്ദേഹത്തിന് സംഗീതവുമായി ബന്ധമുണ്ടായിരുന്നു. നന്നായി തബലവായിക്കുമായിരുന്നു. മനസുകൊണ്ട് അദ്ദേഹത്തെ ഇഷ്ടമായിരുന്നു. പക്ഷേ, അത് നടക്കാതെ പോയതോടെ ആരിലും വിശ്വാസമില്ലാതായി.

ഭാവിയിൽ എനിക്ക് ഒരുപാട് സ്വപ്നങ്ങളുണ്ട്. അപൂർവരാഗങ്ങളെക്കുറിച്ച് ഗവേഷണം നടത്തണമെന്നുണ്ട്. നിലവിലുള്ളതും ഇതുവരെ ആരും ഉപയോഗിക്കാത്തതുമായ രാഗങ്ങളെയാണ് അപൂർവരാഗം എന്നു പറയുന്നത്. ഇത്തരം രാഗങ്ങൾ നിരവധിയുണ്ട്.

ചില വരികൾക്ക് സ്വന്തമായി ഈണം നൽകിയിട്ടുണ്ട്, ഭക്തിഗാനമാണ്. നാലോളം പാട്ടുകൾക്ക് ഞാൻ സംഗീതസംവിധാനം നിർവഹിച്ചിട്ടുണ്ട്. അനിയൻ ഒറ്റയാട്ട് എന്നയാൾ എഴുതിയ വരികൾക്കാണ് ഞാൻ ഈണം നൽകിയത്.

"തൃക്കിടങ്ങൂർ ഈശ്വര ഷഡാനനാ ദയാനിതേ
തൃക്കഴക്കലെപ്പോഴും നമിച്ചിടുന്നു പാഹിമ"

എന്നു തുടങ്ങുന്ന ഗാനം നാലഞ്ച് രാഗങ്ങളിലാണ് ചെയ്തത്. എനിക്ക് ഏറ്റവും കൂടുതൽ ഇഷ്ടപ്പെട്ട രാഗം മുഖാരി, സഹാന എന്നിവയാണ്. കുറെ രാഗങ്ങളെക്കുറിച്ച് ശരത്സാറും ജയചന്ദ്രൻസാറും പറഞ്ഞുതന്നിട്ടുണ്ട്. ശ്രോതസ്സിനി, ദേശാക്ഷി എന്നിവ ഞാൻ നേരത്തെ പറഞ്ഞ അപൂർവരാഗങ്ങളാണ്. പല രാഗങ്ങളുടെയും അപൂർവതകൾ കണ്ടെത്താൻ വലിയ പഠനം ആവശ്യമുണ്ട്.

"ആറ്റുമണൽ പായയിൽ
അന്തിവെയിൽ ചാഞ്ഞനാൾ
കുഞ്ഞിളം കൈ വീശി നീ
തോണിയേറിപോയില്ലേ"

ലാലേട്ടൻ (മോഹൻ ലാൽ) പാടിയ ഈ പാട്ട് എനിക്ക് വളരെ ഇഷ്ടമാണ്. ആ ഗാനം വളരെ മനോഹരമായാണ് അദ്ദേഹം പാടിയിട്ടുള്ളത്. ആരെയും വശീകരിക്കാനുള്ള കഴിവ് അദ്ദേഹത്തിന്റെ സ്വരത്തിനുണ്ട്. നിങ്ങളെല്ലാവരും അദ്ദേഹത്തിന്റെ അഭിനയംകണ്ട് അമ്പരക്കുമ്പോൾ ഞാനദ്ദേഹത്തിന്റെ പാട്ടുകേട്ട് അമ്പരക്കുന്നു. അതുപോലെ ലാലേട്ടൻ പാടിയ കറുകറുത്തൊരു പെണ്ണാണ് എന്ന പാട്ടും എനിക്ക് ഇഷ്ടമാണ്. അതെത്രകേട്ടാലും മതിവരില്ല. അദ്ദേഹം ശാസ്ത്രീയമായി സംഗീതം പഠിച്ചിട്ടില്ലെന്നാണ് എന്റെ അറിവ്. പക്ഷേ, ഇത്ര മനോഹരമായി ലാലേട്ടൻ പാടുന്നത് കേൾക്കുമ്പോൾ അത്ഭുതം തോന്നാറുണ്ട്. അദ്ദേഹം പാടിയ എല്ലാ പാട്ടുകളും ഹിറ്റാണ്.

ഒരിക്കൽ ഗുരുവായൂരിൽവച്ചാണ് ലാലേട്ടനെ പരിചയപ്പെടുന്നത്. ഒരിക്കൽ പരിചയപ്പെട്ടാൽ പിന്നെ ആർക്കും മറക്കാൻ കഴിയില്ല അദ്ദേഹത്തെ. പിന്നീട് എറണാകുളത്തുവച്ച് മധുസാറിനെ ആദരിക്കുന്ന ചടങ്ങിൽ അദ്ദേഹവുമുണ്ടായിരുന്നു. കുറേനേരം സംസാരിച്ചു. അദ്ദേഹത്തിനുമുമ്പിലും ഞാൻ പാട്ടുകൾ പാടിയിട്ടുണ്ട്.

11

കുട്ടിക്കാലത്തെ കുസൃതികളും വിദേശയാത്രകളും

എന്നെ കൂടുതലായി കളിയാക്കിയാൽ അത് എനിക്ക് ഇഷ്ടമാവില്ല. അടുത്തുവന്ന് നിന്ന് ആരാണെന്ന് പറയാമോ എന്നൊക്കെ ആരു ചോദിച്ചാലും ഞാൻ ദേഷ്യപ്പെടും നല്ല മറുപടിയും നൽകും. അരികിൽ വന്ന് എന്റെ കൈയ്യിൽ തൊട്ടാൽ പലരേയും എനിക്ക് തിരിച്ചറിയാൻ കഴിയും. അച്ഛൻ, അമ്മ, ജയചന്ദ്രൻസാർ, ചേർത്തലയിലെ സുനിൽ മാമൻ തുടങ്ങിയവരെ തൊടുമ്പോൾ എനിക്ക് തിരിച്ചറിയാൻ കഴിയും. വീട്ടിൽ എന്നെ വിജി എന്നാണ് അച്ഛനും അമ്മയും വിളിക്കുന്നത്. അമ്മയുടെ അനിയത്തിയുമായി ഞാൻ വഴക്കുകൂടും, ചിലപ്പോൾ പിണങ്ങി ഇരിക്കും. ചിലർ കുറെ സംസാരിച്ചതിനുശേഷം "എന്നാൽ ഞാൻ പോകട്ടെ" എന്ന് എന്നോട് പറയും. പക്ഷേ, അവർ പോയിട്ടുണ്ടാവില്ല. പിന്നീട് അവരുടെ സ്വരം കേൾക്കുമ്പോൾ എനിക്ക് ദേഷ്യംവരും. എനിക്ക് കാഴ്ചയില്ലാത്ത

വൈക്കം വിജയലക്ഷ്മിക്കൊപ്പം ലേഖകർ

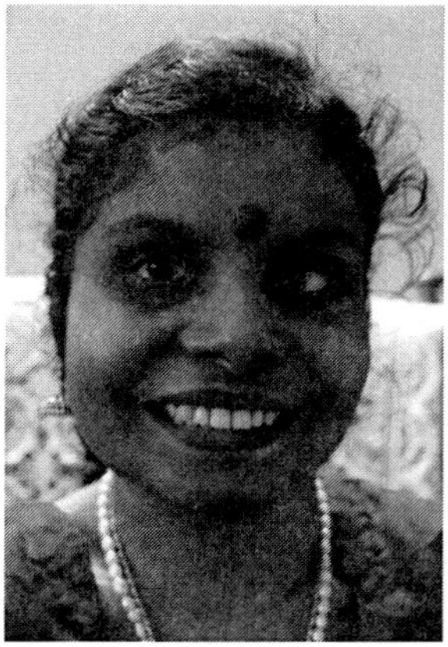

തുകൊണ്ടല്ലേ എന്നെ ഇങ്ങനെ പറ്റിക്കുന്നത് എന്ന് ഞാൻ പരിഭവപ്പെടും.

ചെറുപ്പകാലത്തെക്കുറിച്ച് ഓർക്കുമ്പോൾ ചില കുസൃതികളും ഓർമവരുന്നു. ഞങ്ങൾ ചെറുപ്പത്തിൽ റൗഡികളുടെ ഒരു കൂട്ടമുണ്ടായിരുന്നു. ഞാനും അച്ഛന്റെ ചിറ്റമ്മയുടെ മകളും മകനും. ഞങ്ങൾ മൂവരും അടങ്ങുന്നതാണ് ഈ ഗുണ്ടാ സംഘം. അപ്പൂനെതിരെയായിരുന്നു ഞങ്ങളുടെ നീക്കങ്ങൾ. വീടിന്റെ പടിഞ്ഞാറു ഭാഗത്തുനിന്ന് ഞങ്ങൾ കല്ലുകൾ പെറുക്കിക്കൂട്ടും. അപ്പൂപ്പനിട്ട് എറിയുകയാണ് പരിപാടി. അപ്പൂപ്പൻ പിടിച്ചു ഞങ്ങൾക്ക് നല്ല തല്ലുവെച്ചുതരും. എന്നാലും ഞങ്ങൾ അതിൽനിന്ന് പിന്മാറില്ല. ഞാനാണ് എറിയാനുള്ള കല്ല് പെറുക്കിക്കൊടുക്കുന്നത്. ചെയ്ത കുരുത്തക്കേടുകൾക്ക് ശിക്ഷയായി വൈകുന്നേരം ഒരു ഏത്തമിടീൽ ഉണ്ട്. എനിക്ക് ഒരു ഇരട്ടപ്പേരുണ്ട്, പോരുകോഴി. ആരെങ്കിലും പോരടിക്കാൻ വന്നാൽ ഞാൻ വിട്ടുകൊടുക്കില്ല. അതുകൊണ്ടാണ് എനിക്ക് ഈ പേരു വന്നത്. എനിക്ക് ഘ്രാണശക്തി കൂടുതൽ ആയതിനാൽ അൾസേഷ്യൻ എന്നും ചിലര് വിളിക്കാറുണ്ട്.

ഭക്ഷണത്തിൽ എനിക്ക് ചില പ്രത്യേക ഇഷ്ടങ്ങളുണ്ട്. മീൻ വറുത്തത് എനിക്ക് വല്ല്യ ഇഷ്ടമാണ്. കട്ടൻ കാപ്പിയുടെ കൂടെപ്പോലും ഞാൻ മീൻ പൊരിച്ചത് കഴിക്കും. പിന്നെ ദോശയും ചമ്മന്തിയും എനിക്ക് ഏറെ ഇഷ്ടമാണ്. ചപ്പാത്തിയും മുട്ടക്കറിയും മറ്റൊരു ഇഷ്ടവിഭവമാണ്.

പായസം കുടിക്കാൻ ഇഷ്ടമാണ്. 'കാറ്റേ കാറ്റേ' പാടുന്നതിന് രണ്ടു ദിവസം മുമ്പ് കാരറ്റ് പായസം കഴിച്ചു. ഞാനത് ആദ്യമായിട്ടാണ് കഴിക്കുന്നത്. കുറച്ചുകഴിഞ്ഞപ്പോൾ വയറ്റിൽ പ്രശ്നമായി. വയറുവേദന വന്ന് ആശുപത്രിയിൽ പോയി ഡ്രിപ്പിട്ടു.

ഈ വർഷം സെപ്തംബർ ആറായപ്പോൾ 'കാറ്റേ കാറ്റേ' പാടിയിട്ട് ഒരു വർഷം തികഞ്ഞു. അച്ഛനും അമ്മയും കൂടെ ഉണ്ടെങ്കിലേ ഞാൻ പുത്തേക്ക് പോകൂ. കാരണം, മറ്റുള്ളവരോടൊപ്പം പോയാൽ പലപ്പോഴും അവർ എന്നെ മറന്നു പോകും. ഞാൻ തപ്പിത്തടഞ്ഞ് നിൽക്കും. അങ്ങനെ ഒരനുഭവം എനിക്ക് ഉണ്ടായിട്ടുണ്ട്. ഈ പ്രായത്തിനിടയിൽ എവിടെയൊക്കെ പോയിട്ടുണ്ടെന്ന് എനിക്കുതന്നെ ഓർമയില്ല. സംഗീതവുമായി ബന്ധപ്പെട്ടായിരുന്നു എല്ലാ യാത്രകളും.

ആറുവയസുള്ളപ്പോൾ മൂകാംബികയിൽ പോയി. അവിടെ ഞാൻ പാടി. അത് കേട്ടുനിന്നവർ 'നല്ല കഴിവുള്ള കുട്ടിയാണ്. ഈ കുട്ടി പാട്ടിന്റെ രംഗത്ത് ശ്രദ്ധിക്കപ്പെടുകതന്നെ ചെയ്യും' എന്നൊക്കെ പറഞ്ഞു. ക്ഷേത്രത്തിലെ തിരുമേനി സമ്മാനം നൽകി അഭിനന്ദിച്ചു.

ഇന്ത്യയിലും വിദേശത്തുമായി നിരവധി സ്ഥലങ്ങളിൽ പ്രോഗ്രം അവതരിപ്പിക്കാൻ പോയിട്ടുണ്ട്. 2002 ൽ സൂര്യകൃഷ്ണമൂർത്തിയുടെ കൂടെ മസ്കറ്റ്, ദോഹ, ബഹറിൻ എന്നിവിടങ്ങളിൽ സംഗീതപരിപാടികൾക്കായി പോയിട്ടുണ്ട്. ഇതായിരുന്നു എന്റെ ആദ്യവിദേശ യാത്ര.

വയലിൻ വായിക്കുന്ന ആതിര കോടമ്പള്ളി, മൃദംഗം വായിക്കാനായി രാകേഷ് ശർമ്മ മാവേലിക്കര പിന്നെ അച്ഛനും അമ്മയുമായിരുന്നു അന്ന് എന്റെ കൂടെ വന്നത്.

സംഗീത പരിപാടികളുമായി യൂറോപ്പിലും ഞാൻ പോയിട്ടുണ്ട്. 2004 ൽ ആയിരുന്നു അത്. ഇറ്റലി, ഫ്രാൻസ്, സ്വിറ്റ്സർലണ്ട്, ജനീവ എന്നീ രാജ്യങ്ങളിലാണ് പോയത്. തിരുവനന്തപുരം, നെടുമങ്ങാടുള്ള രവി ഗോപാൽ സാറായിരുന്നു അതിന്റെ കോ–ഓഡിനേറ്റർ.

ഇന്ത്യയിൽ ദില്ലി, മുംബൈ, മധുര, ചണ്ഡിഗഡ്, ചെന്നൈ തുടങ്ങിയ സ്ഥലങ്ങളിൽ കച്ചേരി നടത്താൻ പോയിട്ടുണ്ട്.

സംസ്ഥാന ബഹുമതി ലഭിച്ചശേഷം വിഷുക്കൈനീട്ടം പരിപാടി ദുബായിൽവച്ച് നടന്നപ്പോൾ അതിലും പങ്കെടുത്തു. ജയചന്ദ്രൻ സാറും ഗായിക മഞ്ജരിയും വിജയ് യേശുദാസും അന്നുണ്ടായിരുന്നു.

വിമാനത്തിൽ കയറണമെന്ന് പറഞ്ഞപ്പോൾ ഇവിടുന്നേ ഞാൻ കരഞ്ഞുകൊണ്ടാണ് ആദ്യം പോയത്.

12

ഗിരിജച്ചേച്ചി

അച്ഛനും അമ്മയും കഴിഞ്ഞാൽ ഞാൻ പുറത്തുപോകാറുള്ളത് ഗിരിജചേച്ചിയുടെ കൂടെയാണ്. ചേച്ചിക്ക് എന്റെ പെരുമാറ്റരീതികളെക്കുറിച്ച് എല്ലാം അറിയാം. ഗിരിജചേച്ചിക്ക് സംഗീതവുമായി അടുത്ത ബന്ധമാണുള്ളത്. ചേച്ചി എപ്പോഴും പറയുമായിരുന്നു നീ സംഗീതത്തിൽ ഉയർന്ന സ്ഥാനത്തെത്തുമെന്ന്. വീണ വായിച്ചുകേൾപ്പിക്കുമ്പോൾ ചേച്ചിക്ക് കരച്ചിൽ വരുമായിരുന്നു. ചേച്ചി എനിക്ക് പാദസരം മേടിച്ചുതന്നു. ചെറുപ്പംമുതലേ നടക്കുമ്പോൾ നന്നായി കിലുങ്ങുന്ന പാദസരം

കൂട്ടുകാരി ഗിരിജയ്ക്കൊപ്പം

എനിക്കുണ്ടായിരുന്നു. പതിനഞ്ച് വർഷമായി ഞാനും ഗിരിജചേച്ചിയും തമ്മിലുള്ള സൗഹൃദം തുടങ്ങിയിട്ട്. എന്റെ വീടിന് അടുത്താണ് ചേച്ചിയുടെ വീട്. എല്ലാ ദിവസവും രാവിലെ ഞാൻ ചേച്ചിയെ വിളിക്കും. ചിലപ്പോഴൊക്കെ ഞാൻ ചേച്ചിയെ വിളിച്ച് ശല്യപ്പെടുത്തും. ഞാൻ പരിപാടിക്ക് പോകാൻ ഒരുങ്ങുന്നത് വൈകിയാൽ ചൂരലുമായി വന്ന് നല്ല തല്ലു വെച്ചുതരുമെന്ന് ചേച്ചി പറയും.

എനിക്ക് ഇഷ്ടമുള്ളവരെ ഞാൻ എന്നും വിളിക്കും. റെക്കോഡിങ്ങിന് വൈകിയെത്തിയാൽ ജയചന്ദ്രൻ സാറും ഇങ്ങനെ പറയാറുണ്ട്: "വിജീ ഞാൻ ചൂരലുമായിട്ടങ്ങോട്ട് വരും കേട്ടോ" എന്നൊക്കെ.

ഞാൻ പ്രണയഗാനങ്ങളൊക്കെ കേൾക്കാറുണ്ട്. അപ്പോൾ അമ്മ പറയും വിജിക്ക് വേറെ പണിയൊന്നുമില്ലേ എന്ന്. ഓ മൃദുലേ.. എന്ന പാട്ട് ഇഷ്ടമാണ്. അങ്ങനെ കുറേ പാട്ടുകൾ ഇഷ്ടമാണ്.

ഞാൻ രചിച്ച കൃതികളൊക്കെ എഴുതിവെയ്ക്കണമെന്ന് ഗിരിജചേച്ചി പറയാറുണ്ട്. പക്ഷേ, എനിക്ക് അങ്ങനെ എഴുതി സൂക്ഷിക്കുന്ന പതിവില്ല. എല്ലാം മനസിലാണ് റെക്കോഡ് ചെയ്തുവച്ചിരിക്കുന്നത്. അപ്പോൾ ചേച്ചി പറയും ത്യാഗരാജ കൃതികൾപോലെ വിജയലക്ഷ്മി കൃതികൾ നാളെ പ്രശസ്തമാവും. അതുകൊണ്ട് അത് എഴുതി വയ്ക്കണമെന്ന്.

റെക്കോഡിങ്ങിന് ഗിരിജചേച്ചിയും വന്നിരുന്നു. ചേച്ചി ഞങ്ങളുടെ ഭാഗ്യമാണ്.

ബിഥോവന്റെ ഏഴാം സിംഫണിയുണ്ട്. ഒരു നിലാവുള്ള രാത്രിയിൽ ബിഥോവൻ പാട്ടുപാടി വയലിലൂടെ ഒറ്റയ്ക്ക് നടക്കുമ്പോൾ വയലിനരികിലുള്ള ഒരു വീട്ടിലെ കുട്ടി കരച്ചിൽ നിർത്തിയതായി ഒരു കഥയുണ്ട്. ആ കഥ എനിക്ക് പ്രചോദനമാണ്. ബിഥോവന്റെ സിംഫണിക്കപ്പുറം ആരും ഒന്നും ചിട്ടപ്പെടുത്തിയിട്ടില്ല.

ഞാൻ സ്വയം മറന്നു പാടുമ്പോൾ ഉള്ളിൽ പ്രകൃതിയും ഈശ്വരനും നിറഞ്ഞു നിൽക്കുന്നതായി എനിക്ക് തോന്നിയിട്ടുണ്ട്. കാഴ്ചയില്ലെങ്കിലും വെളിച്ചത്തിന്റെ സാന്നിധ്യം അറിയാൻ കഴിയും. അതുപോലെ രാത്രിയും തിരിച്ചറിയാൻ കഴിയും. ഇരുട്ടാണെന്ന് മനസിലാക്കാൻ കഴിയും. പക്ഷേ, വർണങ്ങൾ എന്താണെന്ന് അറിയില്ല.

ഞങ്ങൾ *സെല്ലുലോയ്ഡ്* സിനിമയുടെ പ്രിവ്യൂ കാണാൻ തിയേറ്ററിൽ കയറിയപ്പോൾ സ്ക്രീനിൽ ലൈറ്റ് തെളിയുന്നത് ഞാൻ മനസിലാക്കി. ഗിരിജചേച്ചിയോട് ഞാൻ സിനിമ തുടങ്ങിയോ എന്നു ചോദിച്ചു.

സിനിമയിൽ എന്താണ് കാണിക്കുന്നതെന്ന് ഞാൻ ചേച്ചിയോട് ചോദിച്ചുകൊണ്ടിരിക്കും. സ്വന്തം പേര് സ്ക്രീനിൽ കാണാൻ നിനക്ക് കഴിയില്ലല്ലോ എന്നുപറഞ്ഞ് ചേച്ചി കരഞ്ഞു.

എന്റെ പ്രിയപ്പെട്ട മറ്റൊരു കൂട്ടുകാരിയും സന്തതസഹചാരിയുമാണ് ലതചേച്ചി. ഞങ്ങൾ തമ്മിൽ വലിയകൂട്ടാണ്. പക്ഷേ, ഇടയ്ക്കൊക്കെ പിണങ്ങും. ഞാൻ മുഖം വീർപ്പിച്ചിരുന്നാലും ലതചേച്ചി പിണക്കമൊക്കെ മറന്ന് കൂട്ടുകൂടാൻ വരും. ലതചേച്ചിയും മറ്റും വൈക്കത്തുവച്ച് ഗായത്രി

വീണയുടെ ഒരു പരിപാടി നടത്തിയത് ഞാനോർക്കുന്നു. ടിക്കറ്റ് വച്ചാണ് പ്രോഗ്രാം നടത്തിയത്. നല്ല ആളുകളുണ്ടായിരുന്നു. പരിപാടി വിജയമായിരുന്നു. ഗായത്രിവീണയുടെ ആദ്യ പരിപാടിയായിരുന്നു അത്.

1980 ൽ വൈക്കം നാനാടത്ത് നടന്ന ഒരു പരിപാടിയിൽ വച്ചാണ് വൈക്കം വിജയലക്ഷ്മി എന്ന പേര് ഞാൻ സ്വീകരിക്കുന്നത്. വൈക്കത്തിന്റെ പേര് ലോകത്തിൽ അറിയപ്പെടുന്നത് വൈക്കം മുഹമ്മദ് ബഷീറിലൂടെയാണല്ലോ. അദ്ദേഹത്തിന്റെ *ബാല്യകാല സഖി, പാത്തുമ്മയുടെ ആട്* തുടങ്ങിയ കൃതികൾ വായിച്ചു കേട്ടിട്ടുണ്ട്.

പഠിക്കാൻ ബുദ്ധിമുട്ടുള്ള ശ്ലോകങ്ങളൊക്കെ വളരെ പെട്ടെന്നുതന്നെ ഞാൻ പഠിക്കും. ലളിതസഹസ്രനാമമൊക്കെ മുഴുവൻ ഹൃദിസ്ഥമാണ്. ഇപ്പോൾ വിഷ്ണു സഹസ്രനാമം പഠിച്ചുകൊണ്ടിരിക്കുകയാണ്.

ഇതുവരെയുള്ള ജീവിതത്തിൽ ഇത്തരം ചെറിയചെറിയ അനുഭവങ്ങൾ മാത്രമാണെനിക്കുള്ളത്. ഈ ഭൂമിയെ, പ്രകൃതിയെ ഞാൻ ഇഷ്ടപ്പെടുന്നു. മഴയുടെ ശബ്ദം കേൾക്കാൻ എനിക്ക് വലിയ ഇഷ്ടമാണ്. മുറ്റത്തിറങ്ങി മഴനനയാൻ തോന്നും. പക്ഷേ, പെട്ടെന്ന് അസുഖം വരുന്ന പ്രകൃതമാണെന്റേത്. ചെറിയ ചാറ്റൽമഴ കൊണ്ടാൽപ്പോലും പനി പിടിക്കും. പക്ഷേ, മഴപെയ്യുമ്പോൾ അതിന്റെ സംഗീതംകേട്ട് ഞാനങ്ങനെ ഇരിക്കും. മഴയുടെ താളം എന്തു രസമാണ്.

ചെറുപ്പംമുതലേ എനിക്ക് പലവിധ അസുഖങ്ങളുണ്ടായിരുന്നു. അതൊക്കെ മാറി. ഇപ്പോൾ മുടി കൊഴിയുന്നുണ്ട്. അതിന് പല മരുന്നുകളും ഉപയോഗിക്കുന്നുണ്ട്. ഈശ്വരൻ ഇനിയും പാടാനുള്ള അവസരം ഉണ്ടാക്കിതന്നാൽ മതി. സംഗീതമില്ലാതെ എനിക്ക് ജീവിക്കാൻ കഴിയില്ല. സർക്കാരിന്റെ അംഗീകാരം എനിക്ക് മുന്നോട്ട് പോകാനുള്ള വലിയൊരു വഴിയാണ് വെട്ടിത്തുറന്നത്. അന്ന് പുരസ്കാരം ലഭിച്ചതറിഞ്ഞ് എത്രപേരാണ് വിളിച്ചത്. അന്ന് ഫോൺ എൻകേജ്ഡ് ആയിരുന്നു.

ആദ്യം വിളിച്ചത് ദാസേട്ടനായിരുന്നു. ജയചന്ദ്രൻ, എം ജി ശ്രീകുമാർ, ശരത്, വേണുഗോപാൽ, ജ്യോത്സന, മിന്മിനി, അരുന്ധതി, മമ്മൂട്ടി, സുരേഷ് ഗോപി, സുരാജ് വെഞ്ഞാറമൂട്, ജെറി അമൽ ദേവ്, എം കെ അർജുനൻ, വിദ്യാധരൻ, ഔസേപ്പച്ചൻ എന്നിവർ ഫോണിലൂടെ എന്നെ വിളിച്ച് അഭിനന്ദനങ്ങൾ അറിയിച്ചു. ജീവിതത്തിലെ സന്തോഷകരമായ മുഹൂർത്തങ്ങളായിരുന്നു അത്.

13

എന്റെ വിഷുക്കണിയറിവ്

ഉത്സവങ്ങളും ആഘോഷങ്ങളും എനിക്ക് ഇഷ്ടമാണ്. വിഷുവിന് വീട്ടിൽ കണിവെയ്ക്കാറില്ല. എനിക്ക് കണി കാണാൻ കഴിയാത്തതുകൊണ്ടാവാം അച്ഛനും അമ്മയും കണിയൊരുക്കാത്തത്. കണ്ണടച്ചു വന്ന് കണിയൊരുക്കിയതിനുമുമ്പിൽ എത്തി കണ്ണു തുറക്കുകയും കണി കാണുകയുമാണല്ലോ. പക്ഷേ, എനിക്കതിന് കഴിയില്ലല്ലോ.

പക്ഷേ, വിഷു എനിക്ക് ഇഷ്ടമാണ്. എല്ലാവരുടെയും സന്തോഷത്തിൽ ഞാനും പങ്കുചേരും. വിഷുക്കാലത്തെ പടക്കങ്ങളെ എനിക്ക് പേടി

യാണ്. എനിക്ക് പേടിയായതിനാൽ വീട്ടിൽ പടക്കം മേടിക്കാറില്ല. അയൽ വീട്ടിൽനിന്ന് പടക്കം പൊട്ടുന്നതിന്റെ ശബ്ദം കേൾക്കുമ്പോഴേ ഞാൻ ചെവി പൊത്തിക്കൊണ്ട് റൂമിൽ കയറി ഒളിക്കും. റൂമെന്നു പറഞ്ഞാൽ എനിക്കുവേണ്ടി മാത്രമായി ഒരു കളിഅടുക്കളയുണ്ട്, ഞാൻ അവിടെ കഞ്ഞിയും കറിയുമൊക്കെ വച്ച് കളിക്കുന്ന ഒരു മുറി. ആ മുറിയാണ് എന്റെ ലോകം. ചെറിയൊരു കമ്പിത്തിരിയുടെ ശബ്ദംപോലും എനിക്ക് അസ്വസ്ഥതയുണ്ടാക്കും. വീട്ടിൽ കണിയൊരുക്കാറില്ലെങ്കിലും ബന്ധുക്കളുടെ വീട്ടിൽ കണിയൊരുക്കിയത് അറിയാൻ പോകും. കാണുന്നതല്ല എന്റെ വിഷുക്കണി, അറിയുന്നതാണ്. കൃഷ്ണ വിഗ്രഹത്തിലും കണി വെള്ളരിയിലും ചക്കയിലും നിലവിളക്കിലുമെല്ലാം തൊട്ടുകൊണ്ടാണ് ഞാൻ വിഷുക്കണി അറിയുന്നത്.

പണ്ട് ആറിൽ പഠിക്കുന്ന കാലത്ത് വൈക്കം പടിഞ്ഞാറേപൂത്തലയിലെ ശ്രീകല ടീച്ചറുടെ വീട്ടിൽ വിഷുക്കണി അറിയാൻ പോയി. എന്റെ സംഗീതാധ്യാപികയായ സുമടീച്ചറുടെ സഹോദരിയാണ് ശ്രീകല ടീച്ചർ. എന്താണ് വിഷു എന്നൊന്നും അന്ന് അറിയില്ലായിരുന്നു.

വിഷുക്കൈനീട്ടം അമ്മയാണ് ആദ്യം തരുന്നത്. പിന്നെ അച്ഛനും തരും. കുറച്ചുകഴിഞ്ഞ് അയൽക്കാരും ബന്ധുക്കളുമൊക്കെ എനിക്ക് കൈനീട്ടം തരാൻ വീട്ടിലെത്തും.

വിഷുക്കാലത്ത് നാട്ടിൽത്തന്നെ ഒരുപാട് പരിപാടികളുണ്ടാവും. ഗായത്രിവീണയിൽ വാണിജയറാം പാടിയ കണി കാണും നേരം.... എന്റെ കൈയിൽ പൂത്തിരി... തുടങ്ങിയ ഗാനങ്ങളൊക്കെ വായിക്കും.

അതുപോലെ ഓണവും എനിക്ക് പ്രിയപ്പെട്ട ആഘോഷമാണ്. ഓണത്തിന് പൂക്കളമൊരുക്കുന്നത് കാണാനാവില്ലെങ്കിലും വിഷുക്കണി അറിയുന്നതുപോലെ പൂക്കളവും അറിയുകയാണ്. പണ്ട് ഓണത്തിന് ഊഞ്ഞാലൊക്കെ ഉണ്ടായിരുന്നു. ഊഞ്ഞാലാടുന്നത് എനിക്ക് ഇഷ്ടമാണ്. ഓണത്തിനും വിഷുവിനുമൊക്കെ പായസം വയ്ക്കും. പായസം എനിക്ക് വലിയ ഇഷ്ടമാണ്.

ഈ ലോകത്ത് സന്തോഷം മാത്രം ഉണ്ടാവണമെന്നാണ് എന്റെ പ്രാർഥന. സംഗീതം മനുഷ്യരെ മാത്രമല്ല, സർവചരാചരങ്ങളുടെയും മനസിൽ മാറ്റങ്ങളുണ്ടാക്കും. ഒരിക്കൽ കണ്ണുതുറക്കാത്ത ദൈവങ്ങളേ..എന്ന പാട്ട് ഞാൻ പാടിയപ്പോൾ ചിത്രചേച്ചിയുടെ (കെ എസ് ചിത്ര) കണ്ണുനിറഞ്ഞത് ഞാനോർമിക്കുന്നു. അത് എനിക്ക് ലഭിച്ച വലിയൊരു പുരസ്കാരമായി ഞാൻ കരുതുന്നു. സംഗീതത്തിൽ നിരവധി പുരസ്കാരങ്ങൾ എനിക്ക് ലഭിച്ചിട്ടുണ്ട്. 1998 ൽ എം ജി യൂണിവേഴ്സിറ്റി കലോൽസവത്തിൽ എനിക്ക് സമ്മാനം ലഭിച്ചിട്ടുണ്ട്. കൂടാതെ സൈനോജ് സർഗസ്വര പുരസ്കാരം, യുവകലാരത്ന പുരസ്കാരം അങ്ങനെ നിരവധി ബഹുമതികൾ. പുരസ്കാരങ്ങളും അംഗീകാരങ്ങളും എത്ര വലുതാണെങ്കിലും ചെറുതാണെങ്കിലും എനിക്കതെല്ലാം വിലപ്പെട്ടവയാണ്. 1988 മുതൽ ഗുരുവായൂർ ചെമ്പൈ സംഗീതോത്സവത്തിൽ പാടാൻ അവസരം

കിട്ടുന്നതും വലിയ പുരസ്കാരവും അംഗീകാരവുമായി ഞാൻ കാണുന്നു.

എന്റെ ഓർമകൾ, ഇഷ്ടങ്ങൾ, അനിഷ്ടങ്ങൾ, പാട്ടുകൾ എല്ലാം ഈ പുസ്തകത്തിൽ ചിതറിക്കിടക്കുകയാണ്. എല്ലാം നമുക്കങ്ങനെ അടുക്കിപ്പെറുക്കി വയ്ക്കാനാവില്ലല്ലോ. ഇക്കാലം വരെയുള്ള എന്റെ ജീവിതത്തിന്റെ ഈ കൊച്ചു താളുകൾ നിങ്ങൾ സ്വീകരിക്കുമെന്നാണ് ഞാൻ പ്രതീക്ഷിക്കുന്നത്. സംഗീതവഴികളാൽ ഇനിയും നടന്നു മുന്നേറാനുള്ള ഊർജമായി ഞാനിതിനെ കാണുന്നു. എല്ലാവർക്കും എല്ലാ നന്മകളുമുണ്ടാവട്ടെ.

വൈക്കം വിജയലക്ഷ്മി സ്വന്തമായി എഴുതി ചിട്ടപ്പെടുത്തിയ കീർത്തനങ്ങൾ

രാഗം–ജോഗ്
താളം–ഖണ്ഡചാപ്പ്

പല്ലവി

ഗുരുവായൂപുരവാസം
ഗോപാലകൃഷ്ണം
ഗുരുപവനപുരം
യദുകുലതിലകം
ദയഹരണം....(ഗുരുവായു)

അനു പല്ലവി

ഗുരുവായുപുരേശ്വരം
ഗുണാതീതം
ഗോപസ്ത്രീ മോഹിതം
ദുഖ ഭഞ്ജനം
രോഗ ഭഞ്ജനം
ഭക്ത രഞ്ജനം (ഗുരുവായു)

ചരണം

സർവലോകാധാരം സർവഹൃദ്വാസിനം
സർവസൗഖ്യധായകം മുരളീധരം
ഗോവർദ്ധനോദ്ധാരം ഗോകുലപാലകം
വേണുഗായകം വേദനായകം ശാന്തിദായകം (ഗുരുവായു)

രാഗം– കനകാംഗി
താളം– രൂപകം
പല്ലവി

സരസ്വതി ബുധജനനി
വിദ്യാ രൂപിവിശാലാക്ഷി
വീണാ പുസ്തകധാരണി
വിദ്യാം ദേഹിനമോസ്തുതേ

ചരണം

വൃക്ഷശൈലനാഥ ദയിതേ
ദുഖഹന്ത്രി സുഖപ്രദായിനി
സർവൈശ്വര്യദായിനി
സർവസൗഭാഗ്യപ്രദേ
കമനീയ കൽപ്പദ്രുമ
കദംബ വനവാസിനി
സർമംഗളകാരിണി
ശാശ്വതി വിജയാംബികേ...

മധ്യകാല സാഹിത്യം

ലോകാരോഗ്യപ്രദേ
സുജ്ഞാനമാർഗദർശിതേ
ലോകനാഥേ ശ്രീ ചക്രരാജ–
സിംഹാസനേശ്വരീ (സരസ്വതി)

രാഗം– വസന്ത
താളം– ആദി ചൗകം

പല്ലവി

കൈലാസദ്രീശ്വര പാർവതീ വല്ലഭ
ഗംഗാധര ശംഭോ കരുണാകര...

അനുപല്ലവി

കൈലാസദ്രീശ്വര കൈവല്യദായക
അന്നദാനപ്രഭോ ആശ്രിതവത്സലാ

ചരണം

ത്രിനയന പശുപതേ

ത്രിപുരാന്തക വിഭോ
പരമേശ്വര ശശിധര
പ്രമഥനാഥ പ്രഭോ
ഋഷഭേശ്വരവാഹന
നാഗ വിഭൂഷണ.
സന്തോഷകാരക
സന്താപനാശക.....

വിളംബകാലസാഹിത്യം

ദിഗംബര സാമഗാനപ്രിയ
ഭസ്മസുലേപിത ഭാലലോചന
ത്രിശൂലധാരി നീലകണ്ഠ
മൃത്യുഞ്ജയ മോക്ഷപ്രദ
വിജയപ്രദ.......

രാഗം-ബിലഹരി
താളം-ആദി

പല്ലവി

ദന്തിവദന ശ്രീഗണപതേ
കരുണാസാഗരാ നമോസ്തുതേ

അനുപല്ലവി

ബന്ധവിമോചന
ഭവഭയഭഞ്ജന
കാർത്തികേയ അഗ്രജ
പ്രണവ സ്വരൂപ....

ചരണം

മോദകപ്രിയ വിഘ്നനിവാരണ
ഗിരികന്യാസുത ദുഖസംഹാരി
അഷ്ടസിദ്ധിദായക ബുദ്ധിപ്രദായക
സൽകീർത്തിദായകാ സർവവിജയപ്രദാ

വൈക്കം വിജയലക്ഷ്മിയും ശ്രീറാമും സെല്ലുലോയ്ഡ് എന്ന സിനിമയ്ക്കു വേണ്ടി പാടിയ ഗാനം

രചന: റഫീക്ക് അഹമ്മദ്
സംഗീതം: എം ജയചന്ദ്രൻ

കാറ്റേ......കാറ്റേ.......
നീ പൂക്കാമരത്തില്
പാട്ടും മൂളിവന്നോ...
ഞാലിപ്പൂം കദളി വാഴപ്പൂക്കളിൽ
ആകെ തേൻ നിറഞ്ഞോ...

ആറ്റുനോറ്റ് ഈ കാണാമരത്തില്
പൂവും കായും വന്നോ...
മീനത്തീവെയിലിൻ ചൂടിൽ
തണുതണെ തൂവൽ വീശിനിന്നോ...

ഇന്നലെയെങ്ങോ പോയ് മറഞ്ഞു...
ഇന്നൊരു സ്വപ്നം കൂടെ വന്നു...
വെന്തുകരിഞ്ഞൊരു ചില്ലകളിൽ,
ചെന്തളിരിൻ തല, പൊന്തിവന്നു...
കുഞ്ഞിളം കൈ വീശി വീശി,
ഓടിവായോ പൊന്നുഷസ്സേ,
കിന്നരിക്കാൻ, ഓമനിക്കാൻ
മുത്തണിപ്പൂന്തൊട്ടിലാട്ടി
കാതിൽ, തന്മൊഴി, ചൊല്ലാമോ...(കാറ്റേ....കാറ്റേ....)

വൈക്കം വിജയലക്ഷ്മിയുടെ ഇഷ്ടഗാനങ്ങൾ

സംഗീത സംവിധായകർ	ഗാനങ്ങൾ
ദക്ഷിണാ മൂർത്തി:	കാട്ടിലെ പാഴ്മുളം തണ്ടിൽ നിന്നും ഇന്നലെ നീയൊരു സുന്ദര രാഗമായെൻ
ദേവരാജൻ മാസ്റ്റർ:	രാജശിൽപ്പി നീയെനിക്കൊരു ശ്രാവണ ചന്ദ്രിക ഇന്നെനിക്ക് പൊട്ടുകുത്താൻ
ബാബുരാജ്:	താമസമെന്തേ ഒരു പുഷ്പം മാത്രമെൻ
ജോൺസൺ:	ഏതോ വാർമുകിലിൻ സ്വർണമുകിലേ മധുരം ജീവാമൃതം ദേവാങ്കണങ്ങൾ ശ്യാമാംബരം
രവീന്ദ്രൻ:	പ്രമദവനം കാർമുകിൽ വർണ്ണന്റെ ഹരിമുരളീരവം
ജെറി അമൽദേവ്:	മിഴിയോരം ദേവദുന്ദുഭി

ശരത്:	പ്രണതോസ്മ മംഗളങ്ങളരുളി ശ്രീരാഗമോ താളമേയം
വിദ്യാധരൻ:	കൽപ്പാന്തകാലത്തോളം ചന്ദനംമണക്കുന്ന കണ്ണും നട്ടു കാത്തിരുന്നിട്ടും
രമേശ് നാരായണൻ:	പറയാൻമറന്ന പരിഭവങ്ങൾ കണ്ണോടു കണ്ണോരം
വിദ്യാസാഗർ:	സുൻ സുൻ സുന്ദരിതുമ്പി കരിമിഴിയെക്കുരിവിയെ
ഔസേപ്പച്ചൻ:	പാതിരാമഴയേതോ കണ്ണാംതുമ്പി ഉണ്ണികളേ ഒരു കഥപറയാം
എം ജയചന്ദ്രൻ:	അമ്മമഴക്കാറിന് മണിക്കുയിലേ.. കണ്ണോരം ശിങ്കാരം നിലാവേ നീയില്ലെങ്കിൽ രാക്കിളിതൻ മയങ്ങിപ്പോയി ചെന്താർമിഴി കാറ്റേ...കാറ്റേ... ഏനുണ്ടോടീ
അർജുനൻ മാഷ്:	ദ്വാരകേ... ചന്ദ്രരശ്മിതൻ ചന്ദനനദിയിൽ

കാറ്റേ.... കാറ്റേ...
ആലാപനത്തിന്റെ സവിശേഷത

മലയാള ചലച്ചിത്ര ഗാനരംഗം വലിയ മാറ്റങ്ങൾക്ക് വിധേയമാകുന്ന കാലമാണിത്. മലയാള സിനിമയുടെ പിറവിയെ ഓർമപ്പെടുത്തുന്ന ഒരു സിനിമയും ഗാനവും എന്ന നിലയിലാണ് *സെല്ലുലോയ്ഡും* അതിലെ കാറ്റേ.. കാറ്റേ...എന്ന ഗാനവും ശ്രദ്ധേയമാവുന്നത്. ചിത്രം പുറത്തിറങ്ങുന്നതിന് മുമ്പുതന്നെ യൂടൂബിലും സോഷ്യൽ മീഡിയകളിലും ഈ പാട്ട് ചർച്ചയായി. കേട്ടുശീലിച്ച ശബ്ദത്തിൽനിന്നും ആലാപന രീതിയിൽനിന്നും വ്യത്യസ്തമായ ഒന്നായതുകൊണ്ട് തന്നെയാണ് ഈ ഗാനം ആസ്വാദകർ സ്വീകരിച്ചത്.

ആലാപനത്തിന്റെ ഭാവ പരിസരവും അതിലൂടെ സൃഷ്ടിക്കപ്പെടുന്ന വൈകാരികതയുമാണ് ഈ പാട്ടിന്റെ ആകർഷണീയത. തുടക്കം മുതൽ ഒടുക്കംവരെ ഒരു പഴയ പാട്ടിന്റെ അനുഭൂതി തുളുമ്പുന്നത് ശ്രദ്ധേയമാകുന്നുണ്ട്. സംഗീത നിർവഹണത്തിന്റെയും ഓർക്കസ്ട്രേഷന്റെയും അവതരണത്തിന്റെയും മൗലികത നിലനിർത്തി പഴയ പാട്ടുകളുടെ രീതികളുമായി സമരസപ്പെട്ടുപോകാൻ ഈ ഗാനത്തിന് കഴിയുന്നുണ്ട്. നാടൻ ഈണമാണെന്നുതോന്നുന്നവിധത്തിൽ ഗായകരുടെ ശബ്ദത്തെ അനുഭവവേദ്യമാക്കാൻ സംഗീത സംവിധായകന് കഴിഞ്ഞിട്ടുണ്ട്.

മെലഡി ഇഷ്ടപ്പെടുന്ന മലയാളി സംവേദനശീലങ്ങൾക്ക് ചേരുന്ന ഈണവും താളവുമാണ് പൊതുമണ്ഡലത്തിൽ ഈ ഗാനത്തിന് സ്വീകാര്യത ലഭ്യമാക്കിയത്.

പഴയപാട്ടിന്റെ സ്വഭാവങ്ങൾ ഒട്ടും കുറയ്ക്കാതെ ഒരു പുനർനിർമാണം സാധിച്ചെടുക്കാൻ സംഗീത സംവിധായകന് കഴിഞ്ഞിട്ടുണ്ട്. ആലാപനത്തിന്റെ പുതു-പഴമയിലേക്ക് സന്നിവേശിപ്പിക്കുന്നതിൽ പാശ്ചാത്യ ഉപകരണങ്ങളേക്കാൾ നമ്മുടെ വാദ്യോപകരണങ്ങളാണ് കൂടുതലായി ഉപയോഗിച്ചിരിക്കുന്നത്. ക്ലാർനെറ്റും മൃദംഗവും ഹാർമോണിയവും

ആണ് ഈ പാട്ടിന്റെ പശ്ചാത്തലത്തിലുള്ളത്. 1941 ൽ എം കെ ത്യാഗ രാജ ഭാഗവതർ *അശോക്കുമാർ* എന്ന സിനിമയ്ക്കുവേണ്ടി പാടിയ ജോൻപുരി രാഗത്തിൽ ചിട്ടപ്പെടുത്തിയ സത്വഗുണബോധൻ എന്ന പാട്ട് ഈ പാട്ടിന്റെ ആലാപന രീതിയുടെ മറ്റൊരു ഉദാഹരണമാണ്. മൃദംഗവും ക്ലാർനെറ്റും ഈ പാട്ടിന് ഉപയോഗിക്കുന്നുണ്ട്. 1930 കളിലും നാൽപ്പതുകളിലും കേട്ടിട്ടുള്ള അവതരണ സവിശേഷതകളാണ് 'കാറ്റേ... കാറ്റേ' എന്ന പാട്ടിലുള്ളത്.